ആറാട്ടുപുഴ വേലായുധപ്പണിക്കർ

AF528943

BODHI BOOKS
Nedumpana PO, Kannanalloor
Kollam-691576, Kerala, India
E-mail : bodhibooks03@gmail.com

ARATTUPUZHA VELEYUDHA PANICKER
by Vasudevan Nanu Channar
History/Malayalam

First published : November, 2025
Cover Illustration
Dr. Kamala Thozhukat

Typesetting : Bodhi Books
Layout : Matrix Designs, Haripad

ISBN : 978-81-19770-45-8
B-B-185-1-300-11-25

Rights @Author

Notice: No part of this publication may be reproduced of transmitted in any form or by any means without prior written permission of the publisher

₹ 160

ആറാട്ടുപുഴ വേലായുധപ്പണിക്കർ

ചരിത്രപഠനം

വാസുദേവൻ നാണു ചാന്നാർ

ബോധി ബുക്സ്
കൊല്ലം-691 576

വാസുദേവൻ നാണു ചാന്നാർ (ഇടുക്കി വാസുദേവൻ)

ആലപ്പുഴ ജില്ലയിലെ കരുവാറ്റ ഒതളപ്പറമ്പിൽ നാണു ചാന്നാരുടേയും കുഞ്ഞിപ്പണിക്കത്തിയുടേയും രണ്ടാമത്തെ മകനായി 1939-ൽ ജനനം. കരുവാറ്റ എൻ.എസ്.എസ്.ഹൈ സ്കൂളിൽ വിദ്യാഭ്യാസം. 1954-ൽ പീരുമേട് കേന്ദ്രമാക്കി രാഷ്ട്രീയ പ്രവർത്തനമാരംഭിച്ചു. ജീവിതത്തിന്റെ ഏറിയ പങ്കും ഇടുക്കിയിലെ ഇടതുപക്ഷപ്രസ്ഥാനത്തിന്റെ സമഗ്ര വളർച്ചയ്ക്കായി മാറ്റിവച്ചു. കേരളത്തിലാദ്യമായി രൂപീകരിച്ച കൺസ്ട്രക്ഷൻ യൂണിയന്റെ സ്ഥാപിത സെക്രട്ടറി. ഇടുക്കി ജില്ല രൂപീകരിക്കപ്പെട്ടതു മുതൽ 30 വർഷം തുടർച്ചയായി സിപിഐ (എം) ജില്ലാ സെക്രട്ടറിയേറ്റ് അംഗമായിരുന്നു. ഗൗരിയമ്മയോടൊപ്പം പാർട്ടി വിട്ടു. ജനാധിപത്യ സംരക്ഷണ സമിതിയുടെ (ജെ.എസ്.എസ്) സംസ്ഥാന സംഘടനാ സെക്രട്ടറിയായി. കേരഫെഡ് ചെയർമാൻ, സംസ്ഥാന സീഡ് അതോറിറ്റി, സംസ്ഥാന ലേബർ അഡ്വൈസറി ബോർഡ്, സംസ്ഥാന ആദിവാസി അഡ്വൈസറി ബോർഡ് മെമ്പർ, ഇടുക്കി ജില്ലാ ബാങ്ക് വൈസ് പ്രസിഡന്റ് എന്നീ നിലകളിലും പ്രവർത്തിച്ചു. 22 മാസത്തെ ജയിൽവാസവും അനുഭവിച്ചു.

കൃതികൾ: ഞാൻ കണ്ട തേക്കടി, വയലാറിലെ ചെമ്പരത്തി, യാത്രാവിവരണം, നാളീകേരത്തിന്റെ ചരിത്രം, പറയിപെറ്റ പന്തിരുകുലം, അറയ്ക്കൽ മാനുവൽ, ഓണം സത്യമോ മിഥ്യയോ, ആറാട്ടുപുഴ വേലായുധപ്പണിക്കർ.

പരേതയായ ചെല്ലമ്മയാണ് ഭാര്യ.

മക്കൾ : കാഥികൻ ഹരിപ്പാട് സുദർശനൻ, സുപ്രഭ.

വിലാസം : സുദർശന സദനം, കരുവാറ്റ പോസ്റ്റ്
ആലപ്പുഴ ജില്ല-690517, ഫോൺ: 9497153606

കാഥികൻ ഹരിപ്പാട് വി.സുദർശനൻ

സ്മരണാഞ്ജലി

ഭൂതകാല സംഭവങ്ങളെ ഓർമകളുടെ ഇഴകളിൽ കോർത്തെടുത്ത് തമസ്ക്കരിക്കപ്പെട്ട ചരിത്ര യാഥാർത്ഥ്യങ്ങളെ പുനഃസൃഷ്ടിക്കുവാനാണ് ആറാട്ടുപുഴ വേലായുധപ്പണിക്കരുടെ ധീരോജ്ജ്വലമായ ചരിത്ര രചനയിലൂടെ ശ്രീ.എൻ. വാസുദേവൻ ഇവിടെ ശ്രമിക്കുന്നത്. ഇടുക്കിയിലെ പുരോഗമന പ്രസ്ഥാനത്തിന്റെ വളർച്ചയ്ക്ക് നിർണായക പങ്കുവഹിച്ചിട്ടുള്ള ശ്രീ.എൻ.വാസുദേവന് എല്ലാവിധ ആശംസകളും നേർന്നു കൊള്ളുന്നു.

അദ്ദേഹത്തിന്റെ മകനും, എനിയ്ക്കേറെ പ്രിയങ്കരനുമായിരുന്ന മൺമറഞ്ഞ കാഥികൻ, ഹരിപ്പാട് വി.സുദർശനനെ ഈ അവസരത്തിൽ സ്മരിക്കുന്നത് ഉചിതമെന്ന് കുരുതുന്നു. 1980 കാലഘട്ടത്തിൽ ബാലസംഘത്തിന്റെയും യുവജന പ്രസ്ഥാനത്തിന്റെയും നേതൃനിരയിലെ ഉജ്ജ്വല പ്രഭാഷകനായിരുന്നു സുദർശനൻ. അദ്ദേഹത്തിന്റെ ഭാഷാശുദ്ധിയും പ്രഭാഷണ ചാതുരിയും മനസിലാക്കിയ സുഹൃത്ത് സുഗതൻ കരുവാറ്റ, ഡോ.യു.ആർ.അനന്തമൂർത്തിയുടെ 'സംസ്കാര' എന്ന നോവൽ സുദർശനനുമായി ചേർന്ന് കഥാപ്രസംഗമാക്കുകയും ആ കഥ പറഞ്ഞുകൊണ്ട് സുദർശനൻ കഥാപ്രസംഗലോകത്തേയ്ക്ക് പ്രവേശിക്കുകയും ചെയ്തു. 1980 മെയ് 1 ന് ഇടുക്കിയിലെ ഇരട്ടയാറിൽ നടന്ന സി.ഐ.ടി.യു. മഹാസമ്മേളനത്തിലാണ് ഈ കഥ ആദ്യമായി അവതരിപ്പിച്ചത്. 2016 ഏപ്രിൽ 22 ന് ഇടുക്കിയിലെ പുറ്റടിയിലായിരുന്നു അവസാനമായി അദ്ദേഹം കഥ പറഞ്ഞത്. മഹാനായ കലാകാരൻ ശ്രീ.സാംബശിവനുശേഷം ചിന്തിപ്പിക്കുകയും ചിരിപ്പിക്കുകയും ചെയ്യുന്ന ചാരുതയാർന്ന ശൈലിയിലൂടെ പുരോഗമനാശയങ്ങൾ ഉൾക്കൊള്ളുന്ന സാമൂഹ്യ പരിവർത്തനത്തിനുതകുന്ന കഥകൾ പറഞ്ഞ് കാഥികൻ വി.സുദർശനൻ കൈരളിയ്ക്ക് പ്രിയപ്പെട്ടവനായി.

ക്ഷയോന്മുഖമായ കഥാപ്രസംഗ കലയെ പരിപോഷിപ്പിക്കുവാനുള്ള സുദർശന്റെ ആത്മാർത്ഥതയും പ്രവർത്തന മികവും കണക്കിലെടുത്ത് കേരള സർക്കാർ അദ്ദേഹത്തെ സാഹിത്യ അക്കാദമി അംഗത്വം നൽകി ആദരിച്ചു. ദൂരദർശനിൽ സുദർശന്റെ നിരവധി കഥകൾ പ്രക്ഷേപണം ചെയ്തു. എ.കെ.ജി.യുടെ ജീവചരിത്രം നൂറുകണക്കിന് വേദകളിലാണ് അവതരിപ്പിക്കപ്പെട്ടത്. സാംബശിവനും, കെടാമംഗലത്തിനും ശേഷം വി. സുദർശന്റെ വേർപാട് കഥാപ്രസംഗ കലാലോകത്തിന് കടുത്ത നഷ്ടമാണ് വരുത്തിയത്.

സി.വി.വർഗീസ്
സിപിഐ(എം) ജില്ലാ സെക്രട്ടറി, ഇടുക്കി

പ്രസാധകക്കുറിപ്പ്

ചരിത്രാന്വേഷണങ്ങളുടെ സാമ്പ്രദായിക പരികല്പനകളെ പിന്തുടരാതെ, സ്വതന്ത്രമായ അന്വേഷണത്തിന്റെ പാതയിലൂടെ മുന്നോട്ടുപോകുന്ന ഒരു രചനയാണ് 'ആറാട്ടുപുഴ വേലായുധപ്പണിക്കർ' എന്ന ഈ പുസ്തകം. സൂക്ഷ്മാന്വേഷണങ്ങളിലൂടെ സത്യത്തിന്റെ വേരുകളിലേക്ക് ആഴ്ന്നിറങ്ങാനുള്ള പരിശ്രമമാണ് പുസ്തകത്തെ ശ്രദ്ധേയമാക്കുന്നത്. വസ്തുതകളുടെ ഒരു 'കൊളാഷ്' നമുക്കു മുന്നിൽ എഴുത്തുകാരൻ കാഴ്ച വയ്ക്കുന്നു എന്നു പറഞ്ഞാലും അധികമാവില്ല. പോയകാലത്തെ, 'മാറ്റിത്തീർക്കലിന്റെ ശക്തി'കളിൽ അഗ്രഗാമിയായി ആറാട്ടുപുഴ വേലായുധ പണിക്കരെ ഗ്രന്ഥകാരൻ വായനക്കാരുടെ മനസ്സിൽ പ്രതിഷ്ഠിക്കുന്നു. സഹൃദയരായ വായനക്കാർക്ക് മുന്നിൽ പുസ്തകം അഭിമാനത്തോടെ ബോധി ബുക്സ് സമർപ്പിക്കുന്നു.

ഹരികുമാർ ഇളയിടത്ത്

ആമുഖം

കഴിഞ്ഞ 65 ലധികം വർഷങ്ങളായി പൊതുരംഗത്തുണ്ടായിരുന്ന ഞാൻ വിശ്രമജീവിതത്തിലായിരിക്കേ ചില സ്നേഹിതന്മാരുടെ നിർബന്ധ പ്രകാരമാണ് ആറാട്ടുപുഴ വേലായുധപ്പണിക്കർ എന്ന യുഗപുരുഷന്റെ ജീവിത ചരിത്രം ലഭ്യമായ രേഖകളും കേട്ടറിവുകളും വച്ച് തയ്യാറാക്കാമെന്ന് തീരുമാനിച്ചത്.

മഹാഭൂരിപക്ഷം മനുഷ്യരേയും മൃഗതുല്യമായി കണ്ടുവന്ന അന്ധകാരയുഗത്തിൽ പിറന്നുവീണ വേലായുധപ്പണിക്കർ ചെറുപ്പം മുതൽ ആരേയും കൂസാത്ത ഇതിഹാസ കഥകളിലെ വീരനായകന്മാരെപ്പോലെ ഒറ്റയാൻപട്ടാളമായി നവോത്ഥാന രശ്മികൾ വാരി വിതറിക്കൊണ്ട് സ്നാപകയോഹന്നാന്റെ ചെയ്തികൾ ഓർമ്മപ്പെടുത്തുമാറുള്ള വീരോചിതമായ പോരാട്ടക്കഥകൾ കേരള രചിതാക്കൾ ബോധപൂർവ്വം മറച്ചുവച്ച ചരിത്രസത്യങ്ങൾ പുതുതലമുറ അറിയുവാൻ ആഗ്രഹിക്കുന്നുവെന്ന് സ്നേഹിതന്മാർ പറഞ്ഞപ്പോഴാണ് ഈ ദൗത്യം ഞാൻ ഏറ്റെടുക്കുവാൻ തീരുമാനിച്ചത്.

ക്രിസ്തുവർഷത്തിന് മുമ്പുമുതൽ ഇന്ത്യയുടെ ഭൂരിഭാഗം പ്രദേശവും, ശ്രീലങ്കയും അടക്കിഭരിച്ചിരുന്ന ചേരരാജവംശത്തിന്റെ രാജധാനികളിൽ രാജ്യരക്ഷ ഉൾപ്പെടെ മുഖ്യ സ്ഥാനമാനങ്ങൾ വഹിച്ചുവന്നവരും രാജപുരോഗതിക്കുവേണ്ടി എക്കാലവും, എന്തിന്, വേണാട് എന്ന ചെറുരാജ്യത്തെ തിരുവിതാംകൂർ എന്ന അതിബ്രഹത്തായ രാജ്യമാക്കിമാറ്റിയ അനിയൻ മാർത്താണ്ഡവർമ്മയെ ശത്രുക്കളിൽനിന്നും രക്ഷിച്ച ശക്തനായ രാജാവാക്കിയതു വരെ നമ്മുടെ പൂർവ്വികർ ആണെന്ന്, ജാമ്പവാൻ ഹനുമാന്റെ സർഗ്ഗശേഷി ഉണർത്തിച്ചപോലെ പണിക്കർ ഈഴവ പിന്നാക്ക ചെറുമന്മാരെ ഓർമ്മപ്പെടുത്തി, മാനവസേവനത്തിന് സമയമായെന്ന ഉയർത്തുപാട്ടിന് തുടക്കമിട്ടു.

ഈ മഹാന്റെ പോരാട്ടചരിത്രം ആരുംതന്നെ രേഖപ്പെടുത്തിവച്ചിട്ടില്ല. കാരണം പലതാകാം? വേലായുധപ്പണിക്കരും കായംകുളം അറയ്ക്കൽ തറവാടുമായുള്ള ബന്ധവും, മറ്റു ചില രേഖകളും എന്റെ മുത്തച്ഛന്മാരിൽനിന്നും കിട്ടിയ അറിവുകളിൽനിന്നും ഞാൻ 'അറയ്ക്കൽ മാന്വൽ' എന്നൊരു പുസ്തകം എഴുതിയിരുന്നു. അതായിരിക്കാം സ്നേഹിതന്മാർ വേലായുധപ്പണിക്കരുടെ ധീരകഥകൾ എഴുതാൻ എന്നെ സമീപിച്ചത്.

വർത്തമാനകാലത്തുപോലും നാട്ടിൽ അയിത്തം പൂർണ്ണമായി മാറിയിട്ടില്ല എന്നിരിക്കെ ഇരുന്നൂറു വർഷംമുമ്പുള്ള സ്ഥിതി നിങ്ങൾ ചിന്തിക്കുക. മനുഷ്യനും മനുഷ്യനും തമ്മിൽ ഉച്ചനീചത്വം സ്ഥാപിച്ച് ചാതുർവർണ്ണ്യ വ്യവസ്ഥതി കൊടികുത്തി വാഴുന്ന കാലത്ത് സവർണ്ണർപോലും ആദരിക്കുന്ന ഒരു ധനാഢ്യ കുടുംബത്തിലാണ് പണിക്കരുടെ ജനനം. ആ സുഖസൗകര്യങ്ങൾ എല്ലാം ത്യജിച്ച് പതിതരുടേയും മർദ്ദിതരുടേയും ഉയർത്തെഴുന്നേല്പിന് വഴിമരുന്നിട്ട സ്നാപകയോഹന്നാന് തുല്യനാണ് ആറാട്ടുപുഴ വേലായുധപ്പണിക്കർ എന്ന് ഞാൻ വിശ്വസിച്ചു പോരുന്നു. കാരണം ഡോ. പൽപ്പു, സഹോദരൻ അയ്യപ്പൻ, ടി.കെ. മാധവനൻ, കുമാരനാശാൻ തുടങ്ങി പലരിലൂടെയും ഈ സന്ദേശം എത്തേണ്ടിടത്തെത്തി.

പണിക്കരുടെ ഓരോ പ്രവൃത്തിയും മേലാളവർഗ്ഗത്തിന്റെ ഉറക്കം നഷ്ടപ്പെടുത്തുന്നതായിരുന്നു. നാടിന്റെ നവോത്ഥാന പാത തെളിക്കാൻ ആത്മീയതയിൽ സാഹസികത കലർത്തി ചാലിച്ച സൗമ്യ മാധുര്യത്തോടെയായിരുന്നു തുടക്കമിട്ടത്. ആ മഹാനെ 49-ാംവയസ്സിൽ ഒരർദ്ധരാത്രിയിൽ ചതിയിലൂടെ കൊലപ്പെടുത്തി. അങ്ങനെ കേരള നവോത്ഥാന ചരിത്രത്തിലെ ആദ്യ രക്തസാക്ഷിയായി അദ്ദേഹം.

ആറാട്ടുപുഴ വേലായുധപ്പണിക്കരുടെ പുരോഗമന ചിന്തകൾ യുവതലമുറ ഏറ്റെടുക്കുന്നു എന്നറിയുന്നതിൽ സന്തോഷമുണ്ട്. ആറാട്ടുപുഴ വേലായുധപ്പണിക്കരുടെ ഉണർത്തുപാട്ട് എഴുതുവാൻ എന്നെ പ്രേരിപ്പിച്ച പ്രിയപ്പെട്ട സ്നേഹിതന്മാർക്ക് നന്ദി. ഇതിന് അവതാരിക എഴുതിതന്ന് സമ്പുഷ്ടമാക്കിയ പ്രൊഫ.ലോഹിതൻ സാറിനും, പുസ്തകപ്രസിദ്ധീകരണത്തിന് എന്നെ പ്രോത്സാഹിപ്പിച്ച ബാല്യകാലസുഹൃത്തായ സ.സി.വി.വർഗ്ഗീസിനോടുമുള്ള കടപ്പാട് അറിയിക്കുന്നു. എന്റെ യാത്രയിൽ ഒപ്പമുണ്ടായിരുന്ന ഹരികുമാർ ഇളയിടത്ത്, സതീശൻ ആർ. അറയ്ക്കൽ, കാഞ്ഞിരംകുളം സുദർശനൻ, ഭാഗ്യജിത്ത് സുദർശനൻ, മനോജ് മിലൻസ് ചേർത്തല, ജിനോയ് കോട്ടയ്ക്കൽ, ഡോ.കമല തൊടുകാട്ടിൽ തുടങ്ങി പലരുടേയും പോക്കറ്റുകളിൽനിന്ന് കൂടി ശേഖരിച്ച മുത്തുകൾ കോർത്തിണക്കിയതാണ് ഈ ചെറുപുസ്തകം. വിമർശനങ്ങളിലൂടെ, പുതിയതായി ലഭിക്കുന്ന അറിവുകളിലൂടെ രണ്ടാം പതിപ്പിലേയ്ക്ക് പോകാം.

ഈ ചെറുപുസ്തകം സഹൃദയസമക്ഷം സമർപ്പിക്കുന്നു.

വാസുദേവൻ നാണു ചാന്നാർ

അവതാരിക

കാലത്തിന് മുൻപേ സഞ്ചരിച്ച ചരിത്ര പുരുഷനായിരുന്നു ആറാട്ടുപുഴ വേലായുധപ്പണിക്കർ. മനുഷ്യന്റെ മൗലികാവകാശങ്ങളെ കുറിച്ച് കേൾക്കുവാൻ തുടങ്ങുന്നതിന് നൂറ്റാണ്ടുകൾക്ക് മുൻപ് അതിനായി പോരാടിയ പോരാളി. പാർശ്വവൽക്കരിക്കപ്പെട്ട ഭൂരിപക്ഷ സമൂഹത്തിന്റെ അവകാശങ്ങൾക്കുവേണ്ടി തന്റെ ജീവിതം തന്നെ അർപ്പിച്ച വിപ്ലവകാരിയായിരുന്നു പണിക്കർ.

ചരിത്രത്തിൽ ഇടം നൽകാതിരുന്ന പണിക്കരുടെ ജീവിതത്തിലേക്ക് വെളിച്ചം വീശുന്ന ശ്രീ. വാസുദേവന്റെ ഈ ശ്രമം പണിക്കരോട് നൽകുന്ന ഒരു ശ്രദ്ധാഞ്ജലിയാണ്.

നരനു നരൻ അശുദ്ധനായിരുന്ന കാലത്ത് നിലനിന്നിരുന്ന അനാചാരങ്ങൾക്ക് എതിരെ ഒറ്റയാൻ പോരാട്ടം നടത്തിയ പണിക്കർ തിരുവിതാംകൂറിലെ നവോത്ഥാന നായകനായി മാറി. അതിസമ്പന്ന കുടുംബത്തിൽ ജനിച്ച പണിക്കർ തന്റെ സമ്പത്തും പരിശ്രമങ്ങളും ഭൂരിപക്ഷമായ പിന്നോക്ക സമൂഹത്തിന്റെ സാമൂഹ്യനീതിക്കും മനുഷ്യാവകാശ ധ്വംസനങ്ങൾക്കും എതിരെ അർപ്പിച്ചു. ആറാട്ടുപുഴ വേലായുധപണിക്കരുടെ ഈ ജീവചരിത്രത്തിൽ കൂടി ആ കാലഘട്ടത്തിന്റെ നേർച്ചിത്രം കാട്ടുന്ന ശ്രീ. വാസുദേവന്റെ ശ്രമങ്ങളെ ഈ അവസരത്തിൽ അഭിനന്ദിക്കുന്നു.

പ്രൊഫ.സി.എം.ലോഹിതൻ

ഹരിപ്പാട്,
07.10.2025.

ആറാട്ടുപുഴ വേലായുധപ്പണിക്കർ

കായംകുളം രാജ്യത്ത് എരുവ കുറ്റിത്തറയിൽ ഗോവിന്ദപ്പണിക്കരുടെയും, ആറാട്ടുപുഴ മല്ലശ്ശേരി പെരുമാളച്ചന്റെയും കുഞ്ഞിക്കാമ്മയുടെയും മകൾ തേയിയുടെ മകനായി 1825 ജനുവരി 5 ന് ഭൂജാതനായി.

മാതാപിതാക്കളുടെ കുടുംബങ്ങൾ വ്യവസായികളും സമ്പന്നരും ഔദാര്യശീലരും ആയിരുന്നു. കാർത്തികപ്പള്ളി-എരുവാ നാടുവാഴി രാജകുടുംബങ്ങളുമായി അടുപ്പത്തിൽ ആയിരുന്നു. ഉണ്ണിയുടെ ജനനവും, നാമകരണവും മറ്റും വലിയ ആർഭാടമായിരുന്നു. 13-ാംനാളിലെ മാതാവിന്റെ മരണം രണ്ട് കുടുംബക്കാരെയും ഒന്നുപോലെ വേദനിപ്പിച്ചു.

ഉണ്ണിക്ക് വേലായുധൻ എന്ന് നാമകരണം നടത്തിയത് ഇടപ്പള്ളി കൊട്ടാരത്തിലെ മഹാദേവൻ നമ്പൂതിരിയായിരുന്നു. അമ്മയുടെ മരണത്തെ തുടർന്ന് വേലായുധനെ മുത്തച്ഛൻ (പെരുമാളച്ചൻ) മാതാവിന്റെ കുടുംബത്തിലേയ്ക്ക് കൊണ്ടുപോന്നു. ചെറുപ്പത്തിൽ എല്ലാവരും വേലായുധനെ ഉണ്ണി എന്നാണ് വിളിച്ചുവന്നത്.

രാത്രിയിൽ മുത്തച്ഛന്റേയും അമ്മൂമ്മയുടേയും കഥകൾ കേൾക്കാതെ ഉറങ്ങുന്ന പതിവില്ലാ. കരിയിലയും മണ്ണാങ്കട്ടയും മുതൽ പഞ്ചവർണ്ണക്കഥകൾ, പുരാണകഥകളും തുടങ്ങി എല്ലാം തന്നെ കേട്ടുവളർന്ന വേലായുധന് ചരിത്ര ഇതിഹാസ കഥകളും പഠിക്കാൻ വെമ്പലായി.

വിദ്യാഭ്യാസ കാലം

കുടുംബത്തിൽതന്നെ ഗുരുക്കന്മാരെ വരുത്തിയായിരുന്നു പഠനം. മുത്തുപ്പിള്ള ആശാനിൽ നിന്നും തമിഴ്, മലയാളം, ഗണിതവും, ഗുരു കൈലാസശാസ്ത്രിയിൽ നിന്നും സംസ്കൃതവും കേശവൻ വൈദ്യരിൽ നിന്നും വൈദ്യവും ജ്യോതിഷം, കളരി, മർമ്മാണിയും ഒപ്പം കളരികളിൽ നിന്നും ആയോധനകലകളും അഭ്യസിച്ചിരുന്നു.

പഠിക്കുന്ന കാര്യത്തിൽ വേലായുധന്റെ താല്പര്യവും, ഓർമ്മ-ബുദ്ധിശക്തിയും ഗുരുക്കന്മാരെ അത്ഭുതപ്പെടുത്തുന്നതായിരുന്നു. വേലായുധന്റെ പല സംശയങ്ങൾക്കും ഉത്തരം പറയാൻ ഗുരുക്ക

ന്മാർ ദിവസങ്ങൾ എടുത്ത ചരിത്രമുണ്ട്. വേലായുധന്റെ ജീവിത ശൈലി മുത്തച്ഛനെ പിൻതുടർന്നായിരുന്നു. രാത്രി ഒൻപത് മണിക്ക് ഉറക്കം, നാലുമണിക്ക് ഉണരുക, അങ്കക്കളരി പരിശീലനം, പഠിത്ത ത്തിന് ഒപ്പം നടത്തിവന്നു.

പ്രഭാതകൃത്യങ്ങൾക്കുശേഷം രാവിലെ ഏഴ് മണി മുതൽ അപ്പൂപ്പന് ഒപ്പം ചാവടിയിൽ വ്യവസായങ്ങൾ നോക്കിനടത്തുന്നവർ പറയുന്നതുകേട്ട് ആവശ്യമായ നിർദ്ദേശങ്ങൾ കൃഷി ചുമതലക്കാരായ തലപ്പുലയന്മാർക്ക് നിർദ്ദേശങ്ങൾ നൽകുക, തുടർന്ന് ആവലാതികൾ കേൾക്കുക, ആവശ്യക്കാരുടെ പ്രശ്നങ്ങൾ പരിഹരിക്കുക, എല്ലാം കഴിഞ്ഞു വരുമ്പോൾ മണി ഒൻപത് ആകും. തുടർന്ന് രണ്ടാളും പ്രാതൽ (രാവിലത്തെ ഭക്ഷണം) കഴിച്ചതിനുശേഷമാണ് അപ്പൂപ്പനെ വിട്ടുമാറുന്നത്. ഇതിനിടയിൽ അപ്പൂപ്പൻ കേൾക്കാൻ കാട്ടുന്ന സന്മനസ്സും, അക്ഷരംകൊണ്ടുള്ള അമ്മാനമാടൽ, വാക്ക് കൊണ്ടുള്ള വായടപ്പിക്കൽ മുതൽ എല്ലാം ഉണ്ണിക്ക് കണ്ടുകേട്ടറിവുകളുടെ ആവനാഴിക്ക് ഒരു മാസ്മരിക പ്രപഞ്ചം തുറന്നുകിട്ടി.

ഉണ്ണിയുടെ എരുവ യാത്ര

അച്ഛൻ വീട്ടിൽ ഇടയ്ക്കിടയ്ക്ക് (എരുവയ്ക്ക്) പോകുമ്പോൾ മുത്തച്ഛന്റെ കുതിരവണ്ടിയിലാണ് പോകാറ്. പലപ്പോഴും വണ്ടിക്കാരൻ മുത്തുവുമായി പിണക്കത്തിലും, തർക്കമുണ്ടാവുകയും പതിവാണ്. ഒരുനാൾ മുത്തു ഉണ്ണിയുടെ വഴക്കുകാര്യം മുത്തച്ഛനോട് അവതരിപ്പിച്ചു. മുത്തച്ഛൻ ഉണ്ണിയോട് പറഞ്ഞു ഇത്ര ചെറുപ്പത്തിലേ കുതിരയെ നിയന്ത്രിക്കാൻ ഉണ്ണിക്ക് കഴിയാത്തതുകാരണമാണെന്നാണ് മുത്തു പറഞ്ഞത്.

ഉണ്ണി : മുത്തച്ഛാ, നമ്മുടെ മൂന്ന് കുതിരകൾക്കും എന്നോട് വലിയ ഇഷ്ടമാണ്. ഞാൻ പറയുംപോലെ അവർ നൃത്തം ചെയ്യും. മുത്ത് പറയുന്നത് ഞാൻ വണ്ടി ഓടിക്കാറായില്ലന്നാണ്.

രണ്ട് പേരുടേയും പരാതിയും പരിഭവവും കേട്ടിട്ട് മുത്തച്ഛൻ മുത്തുവിനോട് പറഞ്ഞു, ഉണ്ണിയെ ശ്രദ്ധയോടെ കുതിരസവാരിയും വണ്ടിയോടിക്കലും പരിശീലിപ്പിക്കുക.

തുടർന്നുള്ള എരുവ യാത്രയിൽ വേലായുധൻ തേരുതെളിച്ചുതുടങ്ങി. വഴിയിൽ കാണുന്ന യാത്രക്കാർ പലരും മൂക്കിൽ വിരൽവയ്ക്കും. മറ്റു ചിലർ അവൻ ഭാവിയിൽ ഒരു നല്ല തേരാളിയാകും എന്നും മറ്റും പറയുന്നത് കേട്ടിട്ട് ഒരുദിവസം വേലായുധൻ കൊച്ചച്ഛനോട് ചോദിച്ചു. ‘അച്ഛാ, അച്ഛാ ഞാൻ കുതിരവണ്ടി ഓടിക്കുന്നതുകണ്ടിട്ട് പലരും പല രീതിയിൽ സംസാരിക്കുന്നു. ചിലർ

പറയുന്നു ഞാൻ തേരാളി കൃഷ്ണനാണെന്ന്, എന്താണച്ഛാ അവർ അങ്ങനെ പറയുന്നത്?'

കൊച്ചച്ഛൻ : 'അത് പണ്ട് പഞ്ചപാണ്ഡവ യുദ്ധത്തിൽ അർജ്ജുനന്റെ തേര് പോർക്കളത്തിൽ ഭഗവാൻ കൃഷ്ണനാണ് തെളിച്ചത് അതിലൂടെ വിജയംനേടാൻ കഴിഞ്ഞത്. അതുപോലെ മോൻ മിടുക്കനാണെന്നാണ് അവർ പറഞ്ഞത്.'

'എന്താണ് കൊച്ചച്ഛാ, ഈ പഞ്ചപാണ്ഡവ യുദ്ധവും അതിന്റെ ചരിത്രവും?'

കൊച്ചച്ഛൻ അത്യാവശ്യം ചില കാര്യങ്ങൾ ഉണ്ണിയുടെ അറിവിലേയ്ക്ക് ചുരുക്കിപ്പറഞ്ഞു.

പണ്ട് ഹസ്തിനപുരം ഭരിച്ചിരുന്ന രാജകുടുംബത്തിൽ, അധികാരവും സമ്പത്തും സംബന്ധിച്ച് ഉള്ള തർക്കം രൂക്ഷമായി. ജേഷ്ഠാനിയന്മാർ തമ്മിൽ നടത്തിയ യുദ്ധത്തിനാണ് പഞ്ചപാണ്ഡവ യുദ്ധം എന്നുപറയുന്നത്. ഇതിൽ പഞ്ചപാണ്ഡവ പക്ഷത്തെ അർജ്ജുനന്റെ തേര് തെളിച്ചത് ശ്രീകൃഷ്ണനായിരുന്നു. ഈ കഥ മറ്റൊരു അവസരത്തിൽ ഞാൻ വിശദമായി പറഞ്ഞുതരാം.

ഉണ്ണി: 'അപ്പോൾ സമ്പത്ത് അധികമായാൽ വഴക്കിലായിരിക്കും കലാശിക്കുക, അല്ലേ കൊച്ചച്ഛാ?'

ഇതുകേട്ട് കൊച്ചച്ഛൻ ഒന്ന് ഞെട്ടി.

എരുവ ക്ഷേത്രം എങ്ങനെ രാജകുടുംബത്തിന്റേതായി?

പണ്ടുമുതൽ എരുവ ശ്രീകൃഷ്ണസ്വാമി ക്ഷേത്രം കുറ്റിത്തറ കുടുംബക്ഷേത്രമായിരുന്നു. പതിനഞ്ചാം നൂറ്റാണ്ടോടുകൂടി ഓടനാടിന്റെ തലസ്ഥാനം എരുവയിലേയ്ക്ക് മാറ്റി. അവിടെ റാണിമാർക്ക് ഒരു പ്രത്യേക കൊട്ടാരവും പണിതു. മറ്റൊന്ന് കൃഷ്ണപുരത്തും പണിതു. അമ്മച്ചി കൊട്ടാരത്തിന് അടുത്തുള്ള കൃഷ്ണസ്വാമിക്ഷേത്രം കൊട്ടാരം വകയായി ഏറ്റെടുത്തു. കുറ്റിത്തറ തറവാട്ടുകാരെ പൂർണ്ണമായി ഒഴിവാക്കാതെ അവർക്ക് ആണ്ടിലൊരിക്കൽ നടക്കുന്ന ഉത്സവത്തിന് കൊടി ഉയർത്തുവാനുള്ള കയറും, കുഴിപ്പണത്തിന്റെ അവകാശവും നൽകി. അങ്ങനെയാണ് വേലായുധപ്പണിക്കരുടെ പിതൃകുടുംബവും രാജകുടുംബവു തമ്മിലുള്ള ബന്ധം ആരംഭിക്കുന്നത്. തിരുവനന്തപുരം കൊട്ടാരത്തിൽ പെൺകുട്ടികൾ ഇല്ലാത്തതു കാരണം വലിയ തമ്പുരാട്ടി ലക്ഷ്മീദേവി മാവേലിക്കര രാജകൊട്ടാരത്തിലെ, മഹാപ്രഭ തമ്പുരാട്ടിയുടെയും കൊച്ചുകുഞ്ഞ് തമ്പുരാട്ടിയുടെയും രണ്ട് പെൺമക്കളെ - സേതുലക്ഷ്മിഭായി, സേതുപാർവ്വതിഭായി എന്നിവരെ ദത്തെടുത്തു.

ഇവർക്ക് വിവാഹപ്രായമായപ്പോൾ-സേതുഭായിയെ ഹരിപ്പാട് കൊട്ടാരത്തിലെ രാമവർമ്മതമ്പുരാനും പാർവ്വതിഭായിയെ ആറ്റിങ്ങൽ കൊട്ടാരത്തിലെ രവിവർമ്മ തമ്പുരാനും വേളികഴിച്ചുകൊടുത്തു.

ഒരുവർഷത്തിനുശേഷം രണ്ടുപേരുടെയും തിരുവയർ ഒഴിഞ്ഞു. സേതുലക്ഷ്മിക്ക് ഒരു പെൺകുട്ടിയും, പാർവ്വതിഭായി തമ്പുരാട്ടിക്ക് ഒരു ആൺകുട്ടിയും ജനിച്ചു. അതാണ് നമ്മുടെ ശ്രീചിത്തിരതിരുനാൾ മഹാരാജാവ്. തിരുവിതാംകൂർ രാജവംശത്തിലെ 54-ാമത്തെ രാജാവ്.

വേലായുധപ്പണിക്കർ അറയ്ക്കൽ തറവാട്ടിൽ

അറയ്ക്കൽ തറവാട്ടിലെ ചാവടിയിൽ ഉണ്ണികാർണവരും നാട്ടുപ്രമുഖരുമായി സംസാരിച്ചുകൊണ്ടിരിക്കുമ്പോൾ ഏതാണ്ട് പതിനഞ്ച് വയസ്സിന്റെ വലിപ്പം തോന്നിക്കുന്ന സുമുഖനായ ഒരു ചെറുപ്പക്കാരൻ കുതിരപ്പുറത്ത് വന്ന് ചാവടിമുറ്റത്ത് ഇറങ്ങി. (കുതിരപ്പുറത്തുനിന്നുള്ള ചാടിയിറക്കം കണ്ടപ്പോൾതന്നെ കാരണവർക്ക് കൊച്ചുപണിക്കരെപ്പറ്റി ഒരു ഏകദേശരൂപം കിട്ടി)

കാരണവരുടെ അടുക്കലേയ്ക്ക് വന്നു. 'വരൂ വരൂ ഇരിക്കൂ' എന്നു പറഞ്ഞ് കാരണവർ ഒരു കസേര ചൂണ്ടിക്കാണിച്ചു.

വേലായുധൻ ഇരുന്നിട്ട്, 'ഞാൻ മല്ലശ്ശേരിയിലെ പെരുമാളച്ചന്റെ ചെറുമകൻ വേലായുധനാണ്.

കാരണവർ, 'ഓ മതി മതി, കൂടുതൽ വിവരണം വേണ്ട. എല്ലാം നാം കേട്ടിരിക്കുന്നു. ആഗമന കാര്യം പറഞ്ഞാലും.'

വേലായുധപ്പണിക്കർ - 'ഞാൻ വന്നത് രണ്ടുകാര്യത്തിനാണ്. ഒന്ന്, എനിക്ക് ഒരു വെളുത്തതും നെറ്റിയിൽ കറുപ്പ് ചുട്ടിയുള്ളതുമായ ഒരു കുതിരയെ വേണം. പലയിടത്തും പലരോടും ആവശ്യം പറഞ്ഞപ്പോൾ അറയ്ക്കൽ കാരണവരെ കണ്ടാൽ നടക്കും എന്നു പറഞ്ഞ പ്രകാരമാണ് ഇവിടേയ്ക്ക് വന്നത്. വില എത്രയായാലും പ്രശ്നമില്ല.'

കാരണവർ : 'വെള്ളതന്നെ വേണമെന്നുണ്ടോ?'

പണിക്കർ : 'ഉണ്ട്, നെറ്റിയിൽ ചുട്ടിയും വേണം.'

കാരണവർ: 'മധുരയിലോ തഞ്ചാവൂരിലോ പോകേണ്ടതായിവരും. അല്പം താമസിക്കും, 1729 ൽ അനിഴം തിരുനാൾ അഞ്ചലാപ്പീസ് ആരംഭിച്ചെങ്കിലും നമുക്ക് അതിന്റെ ഗുണമായിട്ടില്ല, മാത്രമല്ല എനിക്കും പെരുമാളച്ചനെ ഒന്ന് കാണുകകൂടി വേണം.'

'രണ്ടാമത്തെ കാര്യം, എനിക്ക് ഇവിടത്തെ അംഗക്കളരിയിൽനിന്ന്

വാൾപയറ്റും ഉറുമിവേലയും മർമ്മാണി വിദ്യയും പരിശീലിക്കണം എന്നുണ്ട്.'

കാരണവർ : 'വേലായുധൻ കുടുംബകളരിയിലും വാരണപ്പള്ളി കളരികളിലും പഠിച്ചകാര്യം നമുക്കറിയാം, അതിലും വലുതായിട്ട് ഇവിടെ എന്താ ഉള്ളത്?'

പണിക്കർ : 'അത് ശരിയായിരിക്കാം, പക്ഷേ എനിക്ക് കിട്ടിയ അറിവ് തിരുവിതാംകൂറിലെ തച്ചൻവിള എട്ടുവീട്ടിൽ കളരിയിലെ കളരി മർമ്മാണി കലാവിദഗ്ദ്ധരുടെയും വടക്കുനാട്ടിലെ കരവാൾ, ഉറുമി, പുഴിപയറ്റ് എല്ലാം ഇവിടെ ലഭിക്കുംപോലെ ആകില്ലെന്നാണ് അറിഞ്ഞത്.

കാരണവർ: 'അത് ശരിയായിരിക്കാം'

കാരണവർ അയ്യാവു ഗുരുക്കളെ വിളിച്ച് ഇത് മല്ലശ്ശേരി തറവാട്ടിലെ ഇളമുറ തമ്പുരാനാണ്, വാൾപയറ്റിന്റെ എല്ലാ അടവുകളും മർമ്മാണി അഷ്ടാംഗം ഉൾപ്പെടെയുള്ള പ്രയോഗങ്ങളും മനസ്സറിഞ്ഞ് നൽകുക.

താമസവിനാ വേലായുധപ്പണിക്കർ കളരിയിൽ നെയ്യ്‌വിളക്കും പൊൻപണവും വച്ച് ശിഷ്യത്വം സ്വീകരിച്ചു.

അറയ്ക്കൽ കാരണവർ മല്ലശ്ശേരിയിൽ

അറയ്ക്കൽ ഉണ്ണി കാരണവർ മല്ലശ്ശേരിയിൽ എത്തി. ഇരുവരും ദീർഘ നാളുകൾക്കുശേഷം കണ്ടതുകൊണ്ടുതന്നെ, കൃഷികാര്യങ്ങളും പാണ്ടി പട്ടന്മാരുമായുള്ള അകൽച്ചയും മാറിമാറി വരുന്ന ദളവമാർ വരുത്തുന്ന ഭരണ മാറ്റങ്ങളും എല്ലാം ചർച്ചയായി.

ലഘുഭക്ഷണത്തിനുശേഷം പെരുമാളച്ചൻ ഉണ്ണി ചാന്നാരുടെ വരവിന്റെ ഉദ്ദേശം പറഞ്ഞില്ല.

ചാന്നാർ : 'ഞാൻ വന്നതിന്റെ പ്രധാന കാര്യം ഇവിടുത്തെ ഉണ്ണി കഴിഞ്ഞ ദിവസം അറയ്ക്കൽ വന്നിരുന്നു. അദ്ദേഹത്തിന് നെറ്റിയിൽ കറുത്ത ചുട്ടിയുള്ള ഒരു വെള്ള കുതിരയെ വാങ്ങിക്കൊടുക്കണമെന്നാണ് ആവശ്യം. നമ്മൾ തമ്മിൽ കണ്ടതിനുശേഷം ആകാം എന്നുകരുതി.'

പെരുമാളച്ചൻ : 'ഇവിടെ ഇപ്പോൾ മൂന്ന് കുതിരയുണ്ട്. ഒന്നുകൂടി വേണമെന്ന് ഉണ്ണിക്ക് ആഗ്രഹമുണ്ടെങ്കിൽ ആയിക്കോട്ടെ. പിന്നെ അയാൾ ബാല്യത്തിലേ അധികാരികളോട് എതിർപ്പും ശണ്ഠകൂടലുമൊക്കെ തുടങ്ങിയിരിക്കുന്നു. എനിക്കുശേഷം ഈ കുടുംബകാര്യം നോക്കേണ്ടത് അയാളാണെന്ന കാര്യവും പാവങ്ങളെ സംരക്ഷിക്കുന്നതിന് കുഴപ്പമില്ല, പക്ഷേ അത് അതിരുവിടാതിരി

ക്കാൻ അറയ്ക്കൽക്കാരുടെ സഹായം എപ്പോഴുമുണ്ടാകണം.'

സംഭാഷണങ്ങൾക്കുശേഷം ഇരുവരും ഇളനീർ കുടിച്ച് പിരിഞ്ഞു.

ഏതാണ്ട് രണ്ടുമാസങ്ങൾക്കുശേഷം വേലായുധപ്പണിക്കരുടെ ആഗ്രഹമനുസരിച്ചുള്ള കുതിരതന്നെ ലഭിച്ചു. പണിക്കർക്കും കാരണവരോടുള്ള ബഹുമാനം വർദ്ധിച്ചു എന്നു മാത്രമല്ല, കളരി അഭ്യാസത്തിനിടയിൽ അറയ്ക്കലെ ചന്തുവും, കാത്തുവും കമലുവും മറ്റുമായി സഹോദരതുല്യം ബന്ധമായി.

മുത്തച്ഛന്റെ വ്യാപാര കാര്യങ്ങളിലും കൃഷിയിലും പ്രശ്നപരിഹാരങ്ങളിലും എല്ലാംതന്നെ പണിക്കരുടെ ശ്രദ്ധ കൂടിവന്നു.

ഏതാണ്ട് പതിനഞ്ച് വയസ്സ് കഴിഞ്ഞപ്പോൾമുതൽ തന്റെ മനസ്സിൽ ഉദിച്ച ഒരു ആഗ്രഹം ഉണ്ണി മുത്തച്ഛനോട് പറഞ്ഞു. 'എനിക്ക് വൈക്കം ക്ഷേത്രത്തിൽപോയി താന്ത്രികവിദ്യ അഭ്യസിക്കണം'. വിഷയം മുത്തച്ഛൻ കേട്ടിട്ട് 'ഉണ്ണീ നമുക്ക് ക്ഷേത്രപരിസരത്തുകൂടി പോകാൻ അനുവാദമില്ലാതിരിക്കേ, നിനക്ക് എങ്ങനെ ക്ഷേത്രത്തിൽ താമസിച്ച് വേദമന്ത്രങ്ങൾ പഠിക്കാൻ കഴിയും? നിനക്ക് അറിയുമോ 1806 ൽ വൈക്കം ക്ഷേത്രത്തിൽ കയറും എന്ന് പ്രഖ്യാപിച്ചുകൊണ്ട് നടത്തിയ പ്രകടനത്തിൽ പങ്കെടുത്ത എല്ലാവരേയും ദിവാൻ വേലുത്തമ്പി കുതിരപ്പട്ടാളത്തെവിട്ട് വെട്ടിനുറുക്കി കൊന്നു. ശവങ്ങൾ മൂടിയ കുളത്തിന്റെ പേരാണ് ദളവാക്കുളം... അരുതാത്തത് ചിന്തിക്കാതിരിക്കൂ ഉണ്ണീ' എന്നുപറഞ്ഞ് മുത്തച്ഛൻ പാടത്തേയ്ക്ക് പോയി.

പണിക്കർ വൈക്കം ക്ഷേത്രത്തിൽ വേദപഠനത്തിന്

മാസങ്ങൾക്കുശേഷം ഒരുദിവസം മുത്തച്ഛനോടും അമ്മൂമ്മയോടുമായി പറഞ്ഞു, പേര് വെളിപ്പെടുത്താൻ ഇപ്പോൾ കഴിയില്ല എന്റെ രണ്ട് ബ്രാഹ്മണ സ്നേഹിതന്മാരുമായി ഞാൻ വൈക്കം ക്ഷേത്രത്തിൽ താന്ത്രിക വിദ്യ അഭ്യസിക്കുവാൻ പോകുകയാണ്. മൂന്നുമാസം അവിടെ താമസിക്കും. നിങ്ങൾ രണ്ടാളും എന്നെ അനുഗ്രഹിച്ച് അയച്ചാലും. മനസ്സില്ലാ മനസ്സോടെ രണ്ടുപേരും ചെറുമകനെ അനുഗ്രഹിച്ച് അയച്ചു.

അങ്ങനെ പറഞ്ഞുറപ്പിച്ചപ്രകാരം രണ്ട് ബ്രാഹ്മണ സ്നേഹിതന്മാരുമായി വൈക്കത്ത് എത്തി. രഹസ്യമായി ചന്തുവും അവിടെയെത്തി.

ക്ഷേത്രം തന്ത്രി ആദ്യം ദക്ഷിണ സ്വീകരിച്ചത് മനു നമ്പൂതിരിയിൽനിന്നാണ് (വേലായുധനിൽനിന്നും). ആർക്കും ഒരു സംശയത്തിനും ഇടവരാതെ ആഢ്യബ്രാഹ്മണന്മാരെ പിന്നിലാക്കുന്ന സൗമ്യവും വാക്കുകളും കൂസലില്ലാത്ത പ്രവർത്തികളും അമ്പല

വാസികൾക്ക് ഒരു സംശയത്തിന് ഇടവരുത്തിയില്ല. മൂന്നു മാസം പഠനം പൂർത്തിയാക്കി ഇറങ്ങുന്ന ദിവസം പൂജാരിയോട് പറഞ്ഞു, ഞാൻ അവർണ്ണനായ പണിക്കരാണ്. ക്ഷേത്രം ശുദ്ധികലശത്തിനുള്ള പണവും ഒപ്പം നൂറ് പൊൻപണവുംകൂടി കൊടുത്തു. ഇറങ്ങാൻ തുടങ്ങുമ്പോൾ നാലഞ്ച് മല്ലന്മാർ വളഞ്ഞുകഴിഞ്ഞു. പക്ഷേ ചന്തുവും കുറേ ചേകവരും നിലയുറപ്പിച്ചിരുന്നതു കാരണം ഒരു ഏറ്റുമുട്ടലില്ലാതെ മനസ്സിലുദിച്ച ഒരു വിപ്ലവത്തിന്റെ ആരംഭം കുറിച്ച സന്തോഷത്തോടെ വീട്ടിൽ എത്തി. അവർണ്ണ ജാതിയിൽപ്പെട്ട ആരും ഇന്നുവരെ ചെയ്യാൻ ധൈര്യം കാണിക്കാത്ത ഒരു പ്രവൃത്തി പൂർത്തിയാക്കി വന്ന വേലായുധപ്പണിക്കരെ എല്ലാവരും അഭിനന്ദിച്ചു.

കുറച്ചു ദിവസങ്ങൾക്കുശേഷം ഒരുനാൾ പണിക്കർ അറയ്ക്കൽ എത്തി. കാരണവരോട് നമ്മുടെ നാട്ടിൽ മനുഷ്യൻ മനുഷ്യന് അശുദ്ധമായത് കുറച്ചൊക്കെ വിദ്യാഭ്യാസത്തിലൂടെ ലഭിച്ചതും പല മുത്തച്ഛന്മാരിലൂടെ ലഭിച്ചെങ്കിലും തൃപ്തിയായില്ല. പലരും പറയുന്നത് നാടിന്റെ സ്തംഭനാവസ്ഥ കൂടുതൽ ശ്രദ്ധിച്ചുകാണുന്നത് അറയ്ക്കൽ ചാന്നാന്മാരാണ്. അവരെക്കൂടി സമീപിക്കാനാണ്, കാരണവർ ഇക്കാര്യത്തിൽ എന്നെ സഹായിക്കണം.

നാടിന്റെ പ്രാചീന ചരിത്രം

നമ്മുടെ നാടിന്റെ പൂർവ്വകാല ചരിത്രങ്ങൾ ക്രമമായി രേഖപ്പെടുത്തി വയ്ക്കുവാൻ അന്നത്തെ ഒരു പണ്ഡിതന്മാരും ശ്രമിച്ചില്ല.

സംഘകാല സാഹിത്യത്തിൽനിന്നാണ് കുറേ കാര്യങ്ങൾ എങ്കിലും നമുക്ക് ലഭിച്ചിട്ടുള്ളത്. 1934 ലീവിസ് എന്ന ശാസ്ത്രജ്ഞന്റെ കണ്ടെത്തൽ അനുസരിച്ച് ഭൂമുഖത്ത് ആദി മനുഷ്യൻ പ്രത്യക്ഷപ്പെട്ട പ്രദേശങ്ങളിൽ ഒന്നാണ് ഇന്ത്യ.

ആദിശിലായുഗത്തിൽ നിന്നും നവീന ശിലായുഗം ആയതോടെയാണ് മനുഷ്യൻ സ്ഥിരവാസവും കൃഷികളും ആരംഭിച്ചതോടെയാണ് സൈന്ധവ സംസ്കാരത്തിന്റെ ആരംഭം. മോഹൻജെദാരോയും ഹാരപ്പയിലൂടെ മനുഷ്യന്റെ ജീവിതരീതികളിൽ മാറ്റങ്ങൾ വന്നു കൊണ്ടിരിക്കുന്നു. വലിയ നഗരങ്ങൾ-താമസ-യന്ത്ര സൗകര്യങ്ങൾ ഉൽപ്പാദന വർദ്ധനവ്, കയറ്റുമതി-ഇറക്കുമതി, കൈ-തൊഴിലുകൾ ആയുധ ശേഖരണങ്ങൾ തുടങ്ങി എല്ലാ എല്ലാ മൂപ്പന്മാരുടേയും ഗോത്രത്തലവന്മാരുടേയും ഉപദേശപ്രകാരം സമ്പദ് സമൃദ്ധിയായ ജീവിത സൗകര്യങ്ങളുമായി ഏതാണ്ട് ബി. സി 2500 വരെ വന്നിരുന്നു. തുടർന്ന് പല സന്ദർഭങ്ങളായി ശക്തമായ കോളും

കാറ്റും പേമാരിയിലൂടെ വലിയ നാശനഷ്ടം ഉണ്ടായിരുന്ന ബി.സി 1500 ഓടുകൂടി പശ്ചിമ ഏഷ്യയിൽ നിന്നും നാടോടികൾ പലപ്പോഴായി വന്ന് (ആര്യന്മാർ) ഗംഗാതീരത്ത് കാടുകൾ വെട്ടിത്തെളിച്ച് കൃഷിയും കാലിവളർത്തലും ആരംഭിച്ച് ഒപ്പം അവർ ഒരു സംസ്കാരത്തിന് തുടക്കമിട്ടു. അതാണ് വൈദീക സംസ്കാരം. പിൽക്കാലം അവർ തങ്ങളുടെ ആരാധന ദേവനായ ഇന്ദ്രനെ കൂട്ടുപിടിച്ച് സമ്പദ്സമൃദ്ധമായി കഴിഞ്ഞുവന്ന മോഹൻജദാരേ - ഹാരപ്പാ നിവാസികളെ ആക്രമിച്ചും കൊന്നൊടുക്കിയും പട്ടണങ്ങളും കൃഷിസ്ഥലങ്ങളും വെട്ടിപ്പിടിച്ചും മുന്നേറിക്കൊണ്ടിരുന്നു. ഇതിന്റെ കൂടുതൽ വിവരങ്ങൾ പിൽക്കാലത്ത് അവർ രചിച്ച ഋഗ്വേദത്തിൽ രേഖപ്പെടുത്തിയിരിക്കുന്നു.

ഇവർക്ക് കീഴടങ്ങാത്ത് ജനവിഭാഗം തെക്ക് കിഴക്ക് ഭാഗത്തേക്ക് പലായനം ചെയ്തു. പലരും കാവേരി ഭവാനി തുടങ്ങിയ നദീതീരങ്ങളിലും മറ്റുമായി കൃഷിയും കൈത്തൊഴിലുകളും കച്ചവടത്തിലും ആയോധനകലകളിലും മുഴുകി വന്ന സന്ദർഭത്തിൽ ദക്ഷിണഭാഗത്തുള്ളവരെ അഗസ്ത്യമുനിയുടെ സഹായത്തോടെ പ്രധാന ഗോത്രതലവന്മാരായ ചേര - ചോള പാണ്ഡ്യ മേധാവികളെ (മുവന്തോർ) യോജിപ്പിച്ച് പുതിയ ഒരു കൂട്ടായ്മക്ക് രൂപം നൽകി. ഇതിന്റെ കേന്ദ്രം മധുരയുമാക്കി. ഇതാണ് പിൽക്കാലം സംഘകാലം എന്ന് അറിയപ്പെട്ട് തുടങ്ങിയത്.

ഇവർ രാജസദസ്സുകൾക്കൊപ്പം പണ്ഡിത സദസ്സുകളും ആരംഭിച്ചു. ചെന്തമിഴും സംസ്കൃതവും ആയിരുന്നു പ്രധാനഭാഷ.

ചതുർവർണ്ണ്യവ്യവസ്ഥയ്ക്ക് വ്യത്യാസമായി പ്രകൃതി ദൈവങ്ങളെയും കാവുകളേയും ആരാധിച്ചും ജാതി-മത-വേർതിരിവ് ഇല്ലാതെ തുല്യസമഭാവനയോട് ജീവിച്ച് വരവേയാണ് ജൈന-ബുദ്ധ മതങ്ങളുടെ വരവും ദ്രാവിഡ നാട് അവരെ സ്വാഗതം ചെയ്തത്.

നമ്മുടെ നാട് ബുദ്ധമത കേന്ദ്രമായി മാറി കാലങ്ങൾ പിന്നെയും കടന്ന് പോയി ഏതാണ്ട് ഒൻപതാം നൂറ്റാണ്ടോടുകൂടി ആദിശങ്കര സന്ദേശങ്ങൾ നാട്ടിൽ പ്രചരിപ്പിക്കാൻ ഭരണ ഭാഗത്ത് നിന്ന് സൗകര്യങ്ങൾ നൽകിവന്നു.

ജാതിചിന്ത ഇല്ലാതാക്കി അദ്വൈത ജ്ഞാനം ഉറപ്പിക്കലാണ് നമ്മുടെ ലക്ഷ്യം. ജ്ഞാനം ഉള്ളയാൾ ബ്രാഹ്മണനായാലും ചണ്ഡാളനായാലും നാം ഗുരുവായി സ്വീകരിക്കും. ധമാനുഷപഞ്ചകപം ബ്രഹ്മം മാത്രമെ സത്യമായുള്ളു. ജഗത് മിഥ്യയാണ്. ജീവൻ ബ്രഹ്മാത്തിൽ നിന്നും ഭിന്നമല്ല എന്നും മഹർഷിശ്വരന്മാരെപ്പോലും അതി

ശയിപ്പിക്കുന്ന ദിവ്യസിദ്ധികൾ കാട്ടിയും പണ്ഡിതന്മാരെ വാദത്തിൽ തോൽപ്പിക്കുകയും പരസ്പരം ഏറ്റുമുട്ടി വരുന്ന ശൈവ - വൈഷ്ണവ വൈരം മതിയാക്കി വിശ്വാസപ്രമാണങ്ങളെയും ദർശനങ്ങളെയും സമന്വയിപ്പിക്കുന്ന ശങ്കര ദർശനിങ്ങളിൽ ജനങ്ങളുടെ അകൽച്ച കുറഞ്ഞ് കുറഞ്ഞ് വന്ന് തുടങ്ങിയതോടെ രാജാക്കന്മാരുടേയും നാട്ടുവാഴികളുടേയും മറ്റും സഹായത്തോടെ ജൈന - ബുദ്ധ വിഹാറുകളിൽ നരബലിയും തെറിപ്പാട്ടുകളും ആരംഭിച്ച് ബുദ്ധ ഭിക്ഷുക്കളെ നാടു കടത്തിയും കൊന്നൊടുക്കിയും ശിവ - വിഷ്ണു ദേവി ക്ഷേത്രങ്ങൾ സ്ഥാപിച്ച് ജനങ്ങളുടെ പക്കലുണ്ടായിരുന്ന ഭൂമി പിടിച്ചെടുത്ത് ലക്ഷാത്രാ. ദേവസ്വങ്ങൾക്കും ബ്രാഹ്മണർക്കും കരമൊഴിവാക്കി ദാനം ചെയ്ത് തുടങ്ങി. ഒപ്പം നാടുവാഴികളും ദേശവാഴികളും അവരുടെ പക്കലുള്ള ഭൂമിയിൽ ഒരു പങ്കും കരം ഒഴിവാക്കി ബ്രാഹ്മണർക്കും നൽകിവന്നു. പ്രത്യുഉപകരമായി വിവിധ ഗോത്രങ്ങളിൽപ്പെട്ട ഇവരെ യാഗ-പൂജാ കർമ്മങ്ങളിലുടെ സൂര്യ - ചന്ദ്രകുല ശ്രേഷ്ഠത നൽകി ക്ഷത്രീയരും വൈശ്യരും മാക്കി ഇവർക്കും മൂന്ന് കൂട്ടർക്കും ദാസ്യപ്പണി ചെയ്യുന്നവരെ ശൂദ്രന്മാരാക്കി. പക്ഷേ ഇവർക്കും തീണ്ടലും ഒപ്പം വിദ്യ അഭ്യസിക്കാനും അനുവാദം നിരോധിച്ചിരുന്നു.

അവശേഷിക്കുന്ന എല്ലാ പ്രജകളെയും വിവിധ തട്ടുകളാക്കി അടിമയും അയിത്തവും തീണ്ടലും തൊടീലും കൽപ്പിച്ചും ഈ മാറ്റങ്ങൾ എല്ലാം വന്നതോടെ സർക്കാരിന്റെ വരുമാനം കുറഞ്ഞ് ഇത് പരിഹരിക്കാൻ പ്രജകളിൽ നിന്നും പുതിയ കരങ്ങൾ ഏർപ്പെടുത്താൽ കൽപ്പനയായി.

ഈ നികുതികളെ പറ്റി പ്രൊഫ. ആർ. അജിത് എഴുതിയ വേലായുധപ്പണിക്കരുടെ പാദമുദ്രകൾ എന്ന പുസ്തകത്തിൽ നിന്നും കടം എടുക്കാം.

നികുതി വ്യവസ്ഥ, ഭൂരിഭാഗം ഭൂമിയും ക്ഷേത്ര ദേവസ്വം ബ്രാഹ്മണ വകയും ആയി. ഇതിന് നികുതിയുമില്ല. തത്ഫലമായി സർക്കാർ ചിലവുകൾക്ക് പണം ഇല്ലാതെയായി. ഇവ പരിഹരിക്കുവാൻ താഴ്ന്ന സമുദായക്കാർ ചെയ്യുന്ന ജോലികളിൽ നിന്നും ശരീരഭാഗങ്ങൾക്കും വരെ കനത്ത നികുതി ചുമത്തി.

തെങ്ങും പനയും ചെത്തി മദ്യം ഉണ്ടാക്കുന്നവർക്കും തളക്കാണവും ഏണിക്കരവും മൺപാത്രം ഉണ്ടാക്കുന്നവർക്കും ചക്കിന്റെ എണ്ണം അനുസരിച്ച് കരം, സ്വർണപ്പണിക്കാർക്ക് തട്ടാരപ്പാട്ടം, നെയ്ത്തുകാർക്ക് തറിക്കാരം അലക്ക് കാർക്കും വണ്ണാറപ്പാറയും

മത്സ്യം പിടിക്കുന്നവർക്കും ഉന്നിപ്പാട്ടവും വിൽപ്പാട്ടവും മീശ വയ്ക്കുക. മോതിരം ഇടാനും. തലക്കെട്ടിനും രാജാവിന് കാഴ്ച വെയ്ക്കണം. കല്യാണ ആഘോഷങ്ങൾക്ക് നാട്ടുവാഴിയിൽ നിന്ന് അനുമതി വാങ്ങണം. അങ്കകിഴിയുടെ പങ്ക് നാട്ടുകിഴി എന്ന പേരിൽ രാജാവിന് നൽകണം. സ്ത്രീകളുടെ മുലയുടെ വലുപ്പം അനുസരിച്ച് കരം നൽകണം. ഏത് തൊഴിൽ ചെയ്താലും നികുതി നൽകിയിരിക്കണം. വീട് കെട്ടാനും ചാർത്തിനും പ്രത്യേക നികുതി. ഇങ്ങനെ പോകുന്നു നികുതികൾ. സവർണ്ണരെ നികുതികളിൽ നിന്നും ഒഴിവാക്കിയിട്ടും ഉണ്ട്.

പ്രജകളിൽ നിന്നും പിരിക്കുന്ന നികുതിയുടെ മുന്തിയ പങ്കും ബ്രാഹ്മണരുടെയും സവർണ്ണർക്കും മാത്രം പ്രവേശനമുള്ള ക്ഷേത്രാവശ്യങ്ങൾക്കും. കുറ്റം ചെയ്യുന്നവരുടെ ശിക്ഷ, ജാതിയുടെ അടിസ്ഥാനത്തിൽ ബ്രാഹ്മണർ അവർണ്ണരേവതിന്മാൽ ചെറിയശിക്ഷാ കീഴ്ജാതിക്കാരൻ ഒരു നാളികേരം മോഷ്ടിച്ചാൽ വധ ശിക്ഷ.

കുറ്റം തെളിയിക്കുന്ന രീതി തിളച്ച എണ്ണയിൽ കൈമുക്കുക. മുതലക്കുളത്തിൽ നീന്തിക്കുക. പാഷാണം തീറ്റിക്കുക, പാമ്പിന്റെ കൂട്ടിൽ കൈ ഇടുവിക്കുക. വലിയ കുടം കഴുത്തിൽ കെട്ടിതൂക്കി ആറ്റിലേക്ക് ഇടുക. നികുതി കൊടുക്കാൻ താമസിച്ചാൽ മുക്കാലിയിൽ കെട്ടി അടിക്കുക ഇങ്ങനെയായിരുന്നു ഏതാണ്ട് പത്തൊൻപതാം നൂറ്റാണ്ട് വരെ എന്നാൽ ഈ രീതികളിൽ നിന്നും പലതിലും വ്യത്യാസമായിരുന്നു കൊച്ചി - മലബാർ പ്രദേശങ്ങൾ.

പ്രാചീന കേരളം വിശാല തമിഴകത്തിന്റെ ഭാഗവും ഭാഷ തമിഴും പ്രകൃതി ശക്തികളെ ആരാധിച്ചിരുന്ന ദ്രാവിഡ ആചാരവുമായിരുന്നു.

വേണാട്, കുട്ടനാട്, കഴനാട്, ചുഴിനാട്, കാർക്കനാട് എന്നിങ്ങനെ അഞ്ച് നാടുകളായിരുന്നു.

തെക്ക് തിരുനൽവേലി മുതൽ തിരുവല്ലാവരെ, യാദവവംശ ത്തിൽപ്പെട്ട രാജവംശമായ അയ്രാജവംശം (ആദ്യ രാജാവ് വിക്രമാദിത്യ പരഗുണൻ) രാജ്യതലസ്ഥാനം പൊതിയന്മല (അഗസ്ത്യമല) ആയിരുന്നു. ഇവരാണ് ശ്രീപത്മനാഭസ്വാമി ക്ഷേത്രം നിർമ്മിച്ചത്.

തിരുവല്ല മുതൽ വടകര വരെയാണ് ചേരരാജവംശം. ഇവർ ആദിവാസി മൂപ്പന്മാരായിരുന്നു. ആദ്യ രാജാവ് ഉദയചേരലാദൻ- തലസ്ഥാനം വാഞ്ചി (കൊടുങ്ങല്ലൂരിന് സമീപം), കലയ്ക്കും സാഹിത്യത്തിനും പ്രാധാന്യംകൊടുത്ത രാജവംശം, മഹാകാവ്യമായ ചിലപ്പതികാരം രചിച്ച ഇളങ്കോവടികളുടെയും, പ്രസിദ്ധ കവയത്രി ഔവ്വയാറും പിറന്ന കുടുംബം.

കൃഷി, മീൻപിടുത്തം, വനസമ്പത്ത് ശേഖരണം, നൂൽനെയ്ത്ത്, കൈത്തൊഴിലുകളും പ്രോത്സാഹിപ്പിച്ചുവന്നു. ഒപ്പം വിദേശരാജ്യങ്ങളുമായുള്ള വ്യാപാരബന്ധങ്ങളും. അക്കാലത്തെ ഏറ്റവും വലിയ തുറമുഖമായിരുന്നു കൊടുങ്ങല്ലൂരിനടുത്തുള്ള മുസീരിസ്. വനവിഭവങ്ങളായ കുരുമുളക്, ഏലം, കുന്തിരിക്കം, കറുകപ്പട്ട, ഇഞ്ചി, കറുപ്പ്, പുൽത്തൈലം, അഞ്ജനം, പവിഴം, ചെമ്പ്, കുരങ്ങുകൾ, മയിൽ, തുണിത്തരങ്ങൾ, ചന്ദനം, ഈട്ടി, തേക്ക് തുടങ്ങി അനവധി വിഭവങ്ങൾ ഇവിടെനിന്നും അയച്ചിരുന്നു.

ഹിപ്പാലസ്സ് എന്ന നാവികൻ കാറ്റിന്റെ ഗതി കണ്ടുപിടിച്ചതോടെ വലിയ പാക്കപ്പലുമായി റോം, ചൈന, ഗ്രീക്ക്, ഈജിപ്റ്റ്, അറബികൾ ഉൾപ്പെടെ വ്യാപാരത്തിനായി മുസാരീസ് പുറക്കാട് - കൊല്ലം - വിഴിഞ്ഞം തുറമുഖങ്ങളിലും എത്തി തുടങ്ങി വ്യാപാരികളിൽ പലരും വില സ്വർണ്ണമായാണ് നൽകിവന്നത്. അതോടെ ചേരരാജ്യം സമ്പന്നമായി.

മഹാഭാരതയുദ്ധത്തിന് പഞ്ചപാണ്ഡവർക്ക് പടയാളികളേയും സമ്പത്തും നൽകിയ നാടാണ് നമ്മുടേത്.

രാമായണത്തിലും, ബൈബിളിലും കേരളനാടിനെപറ്റി പരാമർശനങ്ങളുണ്ട്. ജാതി-മത വേർതിരിവുകളില്ലാതിരുന്ന നാട്, ഏത് മതദർശനങ്ങളെയും സ്വാഗതം ചെയ്തുവന്ന നാട്, ദയാശീലരും ദാനശീലരുമായിരുന്നു നമ്മുടെ രാജവംശം. മന്ത്രിമാരും ഉദ്യോഗസ്ഥന്മാരും സേവകരും സിലോൺ, ഇറാൻ, സിന്ധുനദീതീരത്തുനിന്നും കുടിയേറിവന്നവരുടെ പിൻഗാമികളുമായിരുന്നു.

ഏഴിമല രാജവംശം

വടകര മുതൽ മംഗലാപുരത്തിന് കിഴക്കുള്ള മലപ്രദേശങ്ങളും കണ്ണൂരിന് വടക്കു പടിഞ്ഞാറുമുള്ള മലപ്രദേശങ്ങളും അടങ്ങുന്നതായിരുന്നു ഏഴിമല രാജ്യം. തലസ്ഥാനം കൊങ്കാനം. ആദിരാജാവ് നന്ദൽ (പുലയ രാജവംശത്തിൽ നിന്നുള്ളതാണെന്ന് പറയപ്പെടുന്നു)

നന്ദന്റെ ഭരണത്തിനുശേഷം പിൻഗാമികളായി വന്ന രാജാക്കന്മാർ എല്ലാവർക്കും തന്നെ വേണ്ടത്ര കഴിവുണ്ടായിരുന്നില്ല. തൽഫലമായി നാട്ടുരാജാക്കന്മാർ തമ്മിൽ വെട്ടിപിടുത്തവും ചെറുയുദ്ധങ്ങളുമായി വിഘടിച്ച് തക്കംനോക്കി നാട്ടിൽ കച്ചവടത്തിനുവന്ന വിദേശികൾ ഇവരെ കൂടുതൽ ശത്രുതയിലേയ്ക്ക് നയിച്ചു. ഇത് അവിടെനിന്നും തെക്കോട്ട് കൊണ്ടുവരുന്നതിൽ വിദേശ വ്യാപാ

രികൾ വലിയ പങ്കുവഹിച്ചു. വർഷങ്ങൾ വീണ്ടും കടന്നുപോയി.

നാടിന്റെ ആഭ്യന്തര രഹസ്യങ്ങൾ മനസ്സിലാക്കിയ ചോളന്മാർ എ.ഡി. 917 ഓടെ നാട്ടിൽ കടന്നുകയറി രാജാ ഗോദരവിവർമ്മ യോട് ഏറ്റുമുട്ടൽ ആരംഭിച്ചു. രവിവർമ്മയുടെ കാലമായതോടെ യുദ്ധത്തിലേയ്ക്ക് മാറി. എ.ഡി. 1016 ആയപ്പോൾ ചോളന്മാർ രാജ്യം പിടിച്ചെടുത്തു. (ഇതാണ് നൂറ്റാണ്ട് യുദ്ധം എന്നറിയപ്പെട്ടത്). തക്കം പാർത്തിരുന്ന ചേരവർമ്മ കുലശേഖരനോടുള്ള യുദ്ധത്തിൽ (എ.ഡി. 1122 ൽ) ചോളന്മാർ പരാജയം സമ്മതിച്ച് നാടുവിട്ടു.

തുടർന്ന് ഭരണത്തിൽ വന്ന ചേരമാൻ പെരുമാളിന്റെ കാലത്ത്- ചെറുരാജ്യങ്ങൾക്കും നാടുവാഴികൾക്കും ഭരണസ്വാതന്ത്ര്യം നൽകി. ഇതോടെയാണ് അയിത്തത്തിന്റെ ആരംഭം കുറിക്കുന്നത്.

അടിമക്കച്ചവടം, മനുഷ്യ അവയവങ്ങൾക്കുവരെ നികുതി, മോനി ക്കരം, ആഭരണക്കരം, തൊഴിൽകരം, ഏണിക്കരം, കുടുംബ കാര ണവർ മരിച്ചാൽ കരം, പുരുഷന് വഴങ്ങാത്ത സ്ത്രീയെ ലേലത്തിൽ വിറ്റാൽ പണം നാടുവാഴിക്ക്. നാടുവാഴികൾ ബ്രാഹ്മണപണ്ഡിതർക്ക് വിധേയർ, കാണപ്പെടുന്ന ദൈവമായ, ബ്രാഹ്മണരെ എതിർത്താൽ വധശിക്ഷ. അങ്ങനെ അയിത്തത്തിന്റെ അരങ്ങേറ്റം ആരംഭിച്ചു. ഇതിന് ശക്തിപകരാൻ പരശുരാമകഥകളും പ്രചാരത്തിലായി.

കേരളം എന്ന കര

കേരളഭൂമി പരശുരാമൻ മാതാവ് രേണുകയെ വധിച്ചതിന്റെ പാപ മോക്ഷത്തിനായി സമുദ്രത്തിൽ മഴുവെറിഞ്ഞ് വീണ്ടെടുത്ത ഈ ഭൂമി ബ്രാഹ്മണർക്ക് സംഭാവന നൽകി പാപമോക്ഷം നേടിയതാ ണെന്നത്രേ. അവർ എഴുതിവച്ചിരിക്കുന്നത് നോക്കൂ.

"ദൈവാധീനം - ജഗൽസർവ്വം
മന്ത്രാധിനന്തു ദൈവതം
തൻമന്ത്രം ബ്രാഹ്മണാധീനം
ബ്രാഹ്മണോ മമ ദൈവതം"

(ലോകം മുഴുവൻ ദൈവത്തിന്റെ അധീനതയിലാണ്, ആ ദൈവം മന്ത്രത്തിന്റെ അധീനതയിലാണ്, അതിനാൽ ബ്രാഹ്മണ നാണ് കാണപ്പെട്ട ദൈവം. ഇതാണ് അവരുടെ ഭാഷ്യം)

ചരിത്രം പഠിക്കുന്ന എല്ലാവർക്കും അറിയാം, പണ്ട് പണ്ട് മുതൽ കടൽ കരയെടുക്കുന്നതും, കടൽ കരയാകുന്നതും ഹിമാലയം പോലും അങ്ങനെയുണ്ടായെന്നാണ് ചരിത്രം.

മേലാളവർഗ്ഗത്തിന്റെ തന്ത്രമന്ത്ര വിദ്യകൾ മറികടക്കണമെങ്കിൽ ദൂരവ്യാപകമായ സാമൂഹ്യമാറ്റങ്ങളിലൂടെയേ തിരുവിതാംകൂറിനെ മോചിപ്പിക്കുവാൻ കഴിയൂ എന്ന് പണിക്കർക്ക് ബോദ്ധ്യപ്പെട്ടു. അന്ധവിശ്വാസം അടിച്ചേൽപ്പിച്ച് ചൂഷണത്തിന് ഇരയായിക്കൊണ്ടിരിക്കുന്ന അപരിഷ്കൃതരായ സമൂഹത്തെ മോചിപ്പിക്കുവാൻ ആത്മീയതയിലൂന്നിയ പ്രവർത്തനം കൂടി ആവശ്യമാണെന്ന് പണിക്കർ മനസ്സിലാക്കി. അതിനുള്ള ഒരു പുതുയുഗ ദർശനം കണ്ടെത്തുന്നതിന്റെ ഭാഗമായി നാട്ടിൽ നവോത്ഥാനം ആഗ്രഹിക്കുന്ന കുടുംബങ്ങളെ കണ്ടെത്തുക എന്ന ലക്ഷ്യത്തോടെ ഓച്ചിറ കണ്ണാട്ട് കുടുംബം, ശാന്താലയം, കണ്ടല്ലൂർ പള്ളിയാംപറമ്പ്, കീരിക്കാട് തെക്കേടത്ത് കുടുംബം, പല്ലന പാണ്ഡവത്ത് കുടുംബം, ചെന്നിത്തല വെമ്പഴശ്ശേരി തറവാട്, ഹരിപ്പാട് കിഴക്കേടത്ത് വാര്യത്ത്, പുന്നൂർ കൊട്ടാരം തറവാട്, കുമാരപുരം പാണ്ടിശ്ശേരി തറവാട്, മാവേലിക്കര കോയിക്കൽ തറവാട്, പൊയ്കയിൽ വീട്, പള്ളിച്ചാൽ തറവാട്, പോളച്ചിറ തറവാട്, പുതുപ്പള്ളി കുന്നത്ത് തറവാട്, കുമ്മമ്പിള്ളി തറവാട്, അമ്പലപ്പുഴ അമ്പാട്ട്മഠം, പാറയ്ക്കൽ കുടുംബം, കരുവാറ്റ ചെങ്ങാരപ്പള്ളി തറവാട്, ഒതളപ്പറമ്പ് തറവാട്, കാവാലം മണ്ണഞ്ചേരി തറവാട്, മുഹമ്മ കരിപ്പുറത്ത് തറവാട്, ചേർത്തല ചീരപ്പൻചിറ തറവാട്, കളത്തിപ്പറമ്പിൽ കുടുംബം, ചാരങ്ങാട്ട് കുടുംബം, പുളിങ്കുന്ന് ഇല്ലിപ്പറമ്പ്, തട്ടാരമ്പലം മേടയിൽ, ഭരണിക്കാവ് പറന്തയിൽ കുടുംബം ഉൾപ്പെടെ പണിക്കരുടെ ലക്ഷ്യത്തോട് അനുഭാവമുള്ള കുടുംബങ്ങളുമായി അഭിപ്രായം പങ്കുവച്ചും യുവാക്കളെ സഹായികളായും ഏറ്റവും അടുത്ത സ്നേഹിതന്മാരായ മാവേലിക്കര കൊട്ടാരത്തിലെ ഉദയവർമ്മതമ്പുരാൻ, ഐ.സി.ചാക്കോ, കൊച്ചുഗോവിന്ദവാര്യർ, പാണ്ഡവത്ത് ശേഖരപ്പിള്ള, വെമ്പഴശ്ശേരി പരമേശ്വരൻപിള്ള, പള്ളിച്ചാൽ കേശവൻ, മേടയിൽ ശാമുവേൽ, മണ്ണഞ്ചേരി ചന്ദ്രൻ, കരിപ്പുഴ കേശവൻ വൈദ്യൻ, വിദേശിയും ക്രിസ്ത്യൻ മിഷനറി പ്രവർത്തകനുമായ ജോസഫ് പീറ്റർ ഉൾപ്പെടെ പുതിയതും പഴയതുമായ സ്നേഹിതന്മാരായ സുഹൃത്തുക്കളുമായി ആലോചിച്ച് ഒടുവിൽ ആത്മീയതയും സാഹസികതയും ഉൾക്കൊള്ളിച്ചുകൊണ്ടുള്ളതായിരിക്കണം പ്രവർത്തനം എന്ന അഭിപ്രായം ഉയർന്നുവന്നപ്പോൾ മുത്തശ്ശി പറഞ്ഞ രാമകഥയിലെത്തി.

ശ്രീരാമൻ ലങ്കയ്ക്ക് പോകുംമുൻപ് രാമേശ്വരം കടലോരത്ത് നടത്തിയ ശിവപ്രതിഷ്ഠ. തുടർ പരിചരണത്തിന് സമീപവാസിയായിരുന്ന ഒരു ബ്രാഹ്മണ ശ്രേഷ്ഠനെ ചുമതലപ്പെടുത്തി. ലങ്കയാത്ര

യ്ക്കുള്ള യാത്രാചിറ നിർമ്മാണത്തിൽ സഹായിച്ച അണ്ണാറക്കണ്ണനെ തലോടിക്കൊണ്ടും സീതാദേവിയെ കവർന്നുകൊണ്ടുപോയ രാവണന്റെ മാർഗ്ഗം തടഞ്ഞ ജടായു എന്ന പക്ഷിരാജന്റെ സ്മരണ കൂടി അങ്ങയിലൂടെ അറിയപ്പെടണം എന്ന് പറഞ്ഞ് രാമലക്ഷ്മണൻമാരും വാനരസംഘവും ലങ്കയിലേക്ക് പുറപ്പെട്ടു. ഈ ക്ഷേത്ര പരിചാര കുടുംബം പിൽക്കാലത്ത് പക്ഷിശാസ്ത്രികൾ എന്ന നാമം സ്വീകരിച്ചു. ഇപ്പോഴും ഇവരുടെ പിൻതലമുറക്കാരാണ് രാമേശ്വരം ക്ഷേത്രപരിചാരകർ.

ഈ സംഭവങ്ങളുടെ സാരാംശം കൂടി ഉൾക്കൊണ്ടായിരിക്കും വേലായുധപ്പണിക്കരുടെ ക്ഷേത്രപ്രതിഷ്ഠയും തുടർനടപടികളും.

പണിക്കർ താന്ത്രികവിദ്യ അഭ്യസിച്ച ആളുകൂടി ആയതുകാരണം അദ്ദേഹത്തിന്റെ അഭിപ്രായം എല്ലാവർക്കും സ്വീകാര്യമായിരുന്നു.

ക്ഷേത്രസങ്കൽപ്പങ്ങളും പ്രതിഷ്ഠാകർമ്മങ്ങളും ദ്രാവിഡആചാരസങ്കൽപ്പങ്ങൾ കൂടി ചേർന്നതായിരിക്കണമെന്ന് തീരുമാനിച്ചു. ഇതിനുവേണ്ടി പണിക്കരും രണ്ട് അനുചരന്മാരും (അറയ്ക്കൽ ചന്തുവും മുത്തുവും) ആയി മൈസൂർ, ആന്ധ്ര, തമിഴകത്തെ പ്രധാന ക്ഷേത്രങ്ങളും പ്രതിഷ്ഠാകർമ്മങ്ങളും അറിഞ്ഞുവരാൻ തീരുമാനിച്ചു (യാത്രാവിവരണം കാണുക).

ഇതിനുശേഷമാണ് 1854 ഏപ്രിൽ പതിനെട്ടാം തീയതി ഏവർക്കും ദർശനം അനുവാദമുള്ള ശിവപ്രതിഷ്ഠ വേലായുധപണിക്കർ മംഗലത്ത് സ്ഥാപിച്ചത്.

ആറാട്ടുപുഴ വേലായുധപ്പണിക്കരുമായി ബന്ധപ്പെട്ടും സഹകരിച്ചും നിന്നിരുന്ന എല്ലാവരുടെയും തന്നെ പിൻതലമുറക്കാർ നവോത്ഥാന പ്രസ്ഥാനങ്ങളിലും സ്വാതന്ത്ര്യസമരങ്ങളുമായി ബന്ധപ്പെട്ട സമരങ്ങളിലും പിൻകാലങ്ങളിൽ ജനസേവകരായി മാറിയതായും കാണാം.

പണിക്കരുടെ മരണവാർത്ത

ഒരുദിവസം വേലായുധപ്പണിക്കർ ചെമ്പൻകുതിരയുടെ പുറത്ത് സവാരിയും അഭ്യാസപ്രകടനങ്ങളും നടത്തി പൊയ്ക്കൊണ്ടിരിക്കുമ്പോൾ കുതിരയെ ചാടിച്ചു പണിക്കർ മാങ്കൊമ്പിൽ ഞാന്നു, കുതിര ഓടിപ്പോയി. ഇതുകണ്ട പരിസരത്തുള്ള ഒരു വലിയമ്മ, അയ്യോ-ഓടിവായോ-മല്ലശ്ശേരിയിലെ ഉണ്ണിക്കുഞ്ഞ് മാവിൽ തൂങ്ങിക്കിടക്കുന്നേ എന്നുപറഞ്ഞ് നിലവിളിച്ചു. ഇതുകേട്ട് പലരും ഓടിക്കൂടി. ചിലർ മരണവാർത്ത അറിയിക്കാൻ മല്ലിശ്ശേരിയിലും എത്തി.

അല്പം കഴിഞ്ഞപ്പോൾ ചെമ്പൻകുതിര ഉണ്ണിയുടെ കാൽകീഴിൽ കൈ ഉയർത്തി പൊങ്ങിനിന്ന് പണിക്കർ ചെമ്പന്റെ പുറത്തു ചാടിയിരുന്ന് എല്ലാവരോടുമായി ഒന്ന് ചിരിച്ചിട്ട് കൈവീശി സ്ഥലം വിട്ടു. അല്പം കഴിഞ്ഞപ്പോൾ മുത്ത് കുതിരവണ്ടിയിൽ പെരുമാള ച്ഛനുമായി സ്ഥലത്തുവന്നപ്പോൾ പരിസരവാസികൾ ഉണ്ണിയുടെ അഭ്യാസ പ്രകടനത്തെപ്പറ്റി പല അഭിപ്രായങ്ങളും പറഞ്ഞുകൊണ്ട് നിൽക്കുകയായിരുന്നു.

പെരുമാളച്ഛനെ കണ്ട് ബന്ധുകൂടിയായ കുട്ടായി പറഞ്ഞു, 'മുത്തച്ഛാ ഉണ്ണി പലപ്പോഴും കുതിരപ്പുറത്ത് പല രീതിയിലുള്ള അഭ്യാ സപ്രകടനങ്ങൾ നടത്തുന്നത് ഞങ്ങൾ കണ്ടിട്ടുണ്ട്.' മാത്തന് അറി യേണ്ടത് മല്ലശ്ശേരിക്കാര് വല്ല സർക്കസ് കമ്പനിയും തുടങ്ങു ന്നുണ്ടോ എന്നാണ് കാളിതള്ളയുടെ കരച്ചിൽ കണ്ട് മുത്തച്ഛനും സങ്കടംവന്നു. എല്ലാവർക്കും നന്ദിപറഞ്ഞ് പെരുമാളച്ചൻ മടങ്ങി.

വൈകിട്ടോടുകൂടിയാണ് മുത്തച്ഛന്റെ മുമ്പിൽ പുഞ്ചിരിയുമായി ഉണ്ണി പ്രത്യക്ഷപ്പെട്ടത്. ഗൗരവം വിടാതെ മുത്തച്ഛൻ ഉണ്ണിയെ ശകാ രിച്ചശേഷം സ്നേഹവായ്പോടെ നോക്കി. ഉണ്ണീ എനിക്ക് വയസ്സാ യിവരികയാണ്. കൃഷി കാര്യങ്ങളും ബിസിനസുകളും കുടുംബകാ ര്യങ്ങളും എല്ലാം നീയല്ലേ നോക്കി നടത്തേണ്ടത്? കുറച്ചുകൂടി എല്ലാ കാര്യങ്ങളും ശ്രദ്ധിക്കുക.

ഇനി വണ്ടിയാത്രക്കും കുതിരസവാരിക്കും പോകുമ്പോൾ ഞാൻ കൂടി അറിഞ്ഞുവേണം.

മുത്തച്ഛന്റെ മഖം കറുപ്പിച്ചുള്ള ശകാരവും നിയന്ത്രണങ്ങളും ഉണ്ണിയെ വല്ലാതെ വേദനിപ്പിച്ചു.

ആലുമ്മൂട് തറവാട്

തിരുവിതാംകൂറിലെ പ്രമുഖമായ കുടുംബങ്ങളായിരുന്നു ആലു മ്മൂടും കോവിലേഴത്തും, അവരുടെ സൽപ്രവൃത്തികൾ കണ്ട് രാജാവ് കൽപ്പിച്ചു നൽകിയതാണ് ചാന്നാർ പട്ടം എന്ന് ഒരു ഐതി ഹ്യമുണ്ട്.

കൃഷിയും വ്യാപാരവും കളരിപരിശീലനവുമായിരുന്നു പ്രധാന വരുമാനം, സ്വന്തമായി പായ്ക്കപ്പലുകൾ ഉണ്ടായിരുന്നതുകാരണം പുറംനാടുകളുമായും കയർ, കൈത്തറി തുണികൾ, കാർഷിക ഉല്പ ന്നങ്ങൾ, കുരുമുളക്, ഏലം, കറുകപ്പട്ട, കുന്തിരിക്കം, ചുക്ക്, പുൽതൈ ലം തുടങ്ങി അനവധി വനവിഭവങ്ങളും ചന്ദനം, ഈട്ടി, തേക്ക് തുടങ്ങിയവകളും ഇറക്കുമതിയിൽപ്പെടുത്തിയിരുന്നു. ഇതിനായി

മദ്രാസിലും പ്രത്യേക ഗോഡൗണുകളും ഓഫീസുകളും മറ്റും ഉണ്ടായിരുന്നു.

16-ാംനൂറ്റാണ്ടിൽ നാട്ടിൽ ഏറ്റവും കൂടുതൽ ജനശ്രദ്ധ നേടിയ ഡച്ചുകാരുമായി ആലുംമൂട്ടുകാർ അടുപ്പത്തിലായി. കാരണം അവർ അത്യുല്പാദന ശേഷിയുള്ള തെങ്ങിൻതൈകൾ, നെല്ല് അമര തുടങ്ങിയവയുടെ വിത്തുകൾ കൊണ്ടുവന്ന് കാർഷികരംഗം സജീവമാക്കി. ഒപ്പം വൈപ്പിൽ ഒരു തെങ്ങുഗവേഷണ കേന്ദ്രവും സ്ഥാപിച്ചു. ആയിരക്കണക്കിന് ഏക്കർ കൃഷിയിടമുള്ള ആലുംമൂട്ടുകാർക്കും നാട്ടിലെ മറ്റ് കൃഷിക്കാർക്കും ഇത് വലിയ ഗുണമുണ്ടാക്കി വ്യവസായങ്ങൾ അഭിവൃദ്ധിപ്പെട്ടു, തുറമുഖങ്ങൾ സജീവമായി, സാംസ്കാരിക രംഗത്തും ഔഷധ രംഗത്ത് നാട്ടിലെ സസ്യങ്ങളുടെ ഔഷധ ഗുണങ്ങളെ സവിസ്തരം വിവരിക്കുന്ന "ഹോർത്തൂസ് മലബാറിക്കൂസ്" എന്ന മലയാളചുവയോടുകൂടിയ ആയൂർവേദഗ്രന്ഥത്തിലൂടെ വലിയ സംഭാവന നൽകിയതാണ് ഇവരോടുള്ള അടുപ്പത്തിന് കാരണം. (കുട്ടികളുടെ കേരള ചരിത്രത്തോട് കടപ്പാട്)

നാട്ടുരാജാക്കന്മാരുമായും ബന്ധം സ്ഥാപിക്കുന്നതിലും മതസൗഹാർദ്ദം കാത്തുസൂക്ഷിക്കുന്നതിലും കുടുംബം മാതൃകയായിരുന്നു. പിന്നാക്ക ജനവിഭാഗങ്ങൾക്ക് സഹായങ്ങൾ നൽകുന്നതിലും കുട്ടികളുടെ പഠനകാര്യത്തിലും പൊതുവഴികളും തോടുകളും നിർമ്മിച്ചും ആൽത്തറയും ചുവടുതാങ്ങികളും, ആതുരാലയങ്ങളും വായനശാലകളും ഉൾപ്പെടെ സാധുജന സംരക്ഷണകാര്യത്തിൽ ആലുമ്മൂട് ചാന്നാന്മാർ മാതൃകയായിരുന്നു.

നാട്ടുരാജാക്കന്മാരുമായുള്ള ബന്ധം സ്ഥാപിക്കുന്നതിലും, ബ്രിട്ടീഷുകാരുമായി എതിർപ്പില്ലാതെയുമാണ് കാലാകാലങ്ങളിലുള്ള കാരണവന്മാർ മുന്നോട്ടു പൊയ്ക്കൊണ്ടിരുന്നത്. എന്നാൽ മാറിമാറി വരുന്ന ദിവാൻജിമാരിൽ പലരും ഈഴവരോട് വെറുപ്പും പകപോക്കലും ശക്തിപ്പെട്ടുകൊണ്ടിരുന്നു. ചിലർ ഈഴവ യുവാക്കളെ സൈന്യത്തിൽനിന്നും ഒഴിവാക്കുക, മറ്റു ചിലർ ഈഴവ-തിയ്യ യുവാക്കളെ സൈന്യത്തിൽ ചേർത്ത് അമ്പെയ്ത്ത് ഉൾപ്പെടെ പരിശീലിപ്പിച്ചതായും കാണാം.

മാർത്താണ്ഡവർമ്മയുടെ പടയോട്ടകാലത്ത് ആലുമ്മൂട്ടുകാരോട് ഏറ്റുമുട്ടിയെങ്കിലും ബ്രിട്ടീഷുകാർ ഇടപെട്ടതുകാരണം രൂക്ഷമായില്ല. പിൽക്കാലത്ത് ആലുമ്മൂട്ട് അംഗക്കളരിയിൽ യുവാക്കളെ യുദ്ധമുറകൾ അഭ്യസിപ്പിച്ച് നൽകണമെന്ന് ആവശ്യംവന്നതായി കാണാം.

തിരുവിതാംകൂറിൽ രാജപ്രമുഖർ കഴിഞ്ഞാൽ പിന്നെ മോട്ടോർ

കാർ ഉണ്ടായിരുന്നത് ആലുമ്മൂട്ടിൽ കൊച്ചുകുഞ്ഞ് ചാന്നാർക്കാണ്. തറവാട്ടിൽപിറന്ന എല്ലാവരുംതന്നെ വിദ്യാസമ്പന്നരും ധീരരും ദയാലുക്കളുമായിരുന്നു.

മരുമക്കത്തായം നടപ്പാക്കാത്തതിൽ പ്രതിഷേധിച്ച് അനന്തരവന്മാർ കൊച്ചുകുഞ്ഞു ചാന്നാരെ ദുഷ്പേരുപറഞ്ഞ് 1920-ൽ വെട്ടിക്കൊലപ്പെടുത്തി. ഇതിന്റെ പിന്നിൽ ചില മേലാളന്മാർ ഉണ്ടായിരുന്നതായി കേട്ടറിവുണ്ട്. 1927-ൽ കുടുംബം ഭാഗഉടമ്പടി ചെയ്ത് പിരിഞ്ഞു.

വാരണപ്പള്ളി തറവാട്

കായംകുളം ദേശത്ത് പ്രധാന ധനാഢ്യകുടുംബമായിരുന്നു വാരണപ്പള്ളി. ബന്ധുബലത്താലും സമ്പന്നമായിരുന്നു.

വിദ്യാഭ്യാസം, അംഗക്കളരികൾ, കൃഷി, വൈദ്യം തുടങ്ങിയവയായിരുന്നു പ്രധാന വരുമാനങ്ങൾ. സാധുജനങ്ങളേയും അന്യമതസ്ഥരേയും നിർലോഭം സഹായിച്ചുവന്നു.

രാജകുടുംബങ്ങളുമായി അകൽച്ച ഇല്ലാത്ത നിലപാടുകളാണ് കാലാകാലങ്ങളിലുള്ള കാരണവന്മാർ സ്വീകരിച്ചുവന്നത്.

കുടുംബത്തിലും പുറത്തുമുള്ള കുട്ടികളെ പ്രാഥമിക വിദ്യാഭ്യാസത്തിന് ശേഷം ഉന്നതവിദ്യാഭ്യാസത്തിന് സഹായം നൽകിവന്നു.

ശ്രീനാരായണഗുരു സംസ്കൃതപഠനത്തിനായി കുന്നംപള്ളി ആശാന്റെ ശിഷ്യത്വം സ്വീകരിച്ചു പഠിച്ചപ്പോൾ വാരണപ്പള്ളിയിലെ കുമ്പനാട്ട് വീട്ടിലാണ് താമസിച്ചിരുന്നത്. വീടിനടുത്തുള്ള ചെമ്പകച്ചുവട്ടിലാണ് ഗുരുവിന്റെ പ്രാർത്ഥനയും എഴുത്തും. ഗുരു വച്ചു പിടിപ്പിച്ച പ്ലാവ് സമാധിക്ക് ശേഷം കായ്ച്ചിട്ടില്ല. കേരളത്തിലെ ആദ്യ ഗുരുമന്ദിരമാണ് വാരണപ്പള്ളിയിലേത്. 1946 ൽ കാരണവർ കൃഷ്ണപ്പണിക്കർ പണിയിച്ചതാണ് ഗുരുമന്ദിരം. മറ്റ് പല കഥകളുമുണ്ട് അതിലേയ്ക്ക് ഇപ്പോൽ പോകുന്നില്ല.

വേണാടിനെ കീഴടക്കാൻ ഡച്ചുകാരെ സഹായിച്ച തമ്പിമാരേയും എട്ടുവീട്ടിൽപിള്ളമാരേയും അമ്പലഭരണക്കാരെയും പരാജയപ്പെടുത്തി നാടിനേയും മാർത്താണ്ഡവർമ്മ മഹാരാജാവിനേയും രക്ഷപ്പെടുത്തിയ സൈന്യാധിപനും, കന്യാകുമാരിയിലെ 108 കളരിയുടെ ഗുരുക്കന്മാരുടെ മേധാവിയായ അനന്തപത്മനാഭൻ നാടാരെ ചതിയിലൂടെ കൊലപ്പെടുത്തിയതിൽ നാട്ടിലെ ഭൂരിഭാഗം കളരികളും എതിർത്തപ്പോൾ ഇത് ഒരു സാമുദായിക പ്രശ്നമാകാതിരിക്കാൻ മാർത്താണ്ഡവർമ്മ ആലുംമൂട് വാരണപ്പള്ളി ഉൾപ്പെടെയുള്ള പല കളരി ഗുരുക്കളുടെ നിർദ്ദേശമനുസരിച്ച് അവരുടെകൂടെ അംഗീകാ

രത്തോടെ ഒരു ഈഴവ സമുദായാംഗമായ രണകീർത്തിയെ സൈന്യാധിപൻ ആക്കി.

മാർത്താണ്ഡവർമ്മ രാമയ്യരെ ദളവയാക്കിയതോടെ ആദിവാസി പരമ്പരയിൽപ്പെട്ട ചേരരാജാക്കന്മാരുടെ പിൻഗാമിയായ രാജാവിനെ ഹരേണ്യഗർഭത്തിലൂടെ ആര്യബ്രാഹ്മണത്വം സ്വീകരിപ്പിക്കുന്നതിൽവരെ എത്തിച്ചു. തുടർന്ന് മാർത്താണ്ഡവർമ്മ ആറ്റിങ്ങൾ പിടിച്ചെടുത്തശേഷം കായംകുളം രാജ്യം പിടിച്ചെടുക്കുന്നതിന് എതിരായി നിന്ന വാരണപ്പള്ളിക്കാരോട് ശത്രുതയാകുകയും പലവട്ടം പരാജയപ്പെട്ടപ്പോൾ മാർത്താണ്ഡവർമ്മ ഡച്ചുകാരുടെ സേനാനായകനെ തന്റെ സേനയിൽ അംഗമാക്കി യുദ്ധമുറകളിൽ മാറ്റംവരുത്തി നടത്തിയ ഏറ്റുമുട്ടലിൽ തറവാട് കളരിയുടെ ഗുരുക്കളായ പതിനാഥപ്പണിക്കർ, രണകീർത്തിക്ക് കീഴടങ്ങുന്നതിനേക്കാൾ സ്വയം മരണമാണെന്ന് തീരുമാനിച്ച് വാൾ നെഞ്ചിൽ കുത്തിയിറക്കി ആത്മഹത്യ ചെയ്യുകയായിരുന്നു.

തുടർന്ന് ഭരണത്തിൽവന്ന കാർത്തികതിരുനാൾ രാജാവ് ഒരുനാൾ വാരണപ്പള്ളി കാരണവർ മുഖംകാണിക്കണം എന്നാവശ്യപ്പെട്ട കൽപ്പനപ്രകാരം അന്നത്തെ കാരണവരായ ജഗന്നാഥപ്പണിക്കർ രാജസന്നിധിയിൽ എത്തി.

രാജാവ് പണിക്കരോട് ചോദിച്ചു: രാജാവിന്റെ അനുവാദമില്ലാതെ അംഗക്കളരി നടത്തുന്നുണ്ടോ?

പണിക്കർ : 14-ാംനൂറ്റാണ്ടുമുതൽ ഞങ്ങൾ തറവാട്ടിൽ അംഗക്കളരി നടത്തിവരുന്നതാണ്.

രാജാവ് : ഓഹോ, അപ്പോൾ വലിയ അഭ്യാസികൾ ആയിരിക്കുമല്ലോ അല്ലേ? എങ്കിൽ ആ നിൽക്കുന്ന വാഴ ഒറ്റവെട്ടിന് മൂന്ന് കഷണമാക്കുക.

പണിക്കർ അരയിൽനിന്നും വാള് എടുത്ത് ഒറ്റവെട്ട് - വാഴ മൂന്ന് കഷണം.

അത്ഭുതത്തോടെ രാജാവ് പണിക്കരെ ഒന്നുനോക്കി. എന്നിട്ട് പറഞ്ഞു, "ഓഹോ, കായംകുളം വാളിന് ഇരുതലയ്ക്കും മൂർച്ചയുണ്ടല്ലോ. എങ്കിൽ എന്റെ സേനാനായകനെ അങ്കത്തിൽ തോൽപ്പിക്കാമോ?" (ഇതിനുശേഷമാണ് കായംകുളം വാൾ ഇരുതലമൂർച്ചയുള്ളത് എന്ന പഴമൊഴിയുണ്ടായത്.)

പണിക്കർ : ശ്രമിക്കാം എന്നുപറഞ്ഞ് സേനാനായകൻ നിൽക്കുന്ന പോർക്കളത്തിൽ എത്തി. വാളെടുത്ത് ഒരു പ്രത്യേക രീതിയിൽ ചുഴറ്റിയിട്ട് ഒരു വീശ്. സേനാനായകന്റെ വാൾ രണ്ടു

തുണ്ടം. വാൾ വീണ്ടും ഉയർത്തിപ്പിടിച്ചുകൊണ്ട് പണിക്കർ രാജാവിന്റെ മുഖത്തേയ്ക്ക് നോക്കി. അരുത് അരുത് എന്ന് രാജാവ് വിളിച്ചുപറഞ്ഞു. കൊട്ടാരവാസികളും രാജാവിനൊപ്പം അത്ഭുതസ്തബ്ധരായി. അൽപ്പം മൗനത്തിനുശേഷം രാജകൽപ്പന, താങ്കളെ രാജ്യത്തിന്റെ സേനാനായകനായി നിയമിച്ചിരിക്കുന്നു.

അറയ്ക്കൽ തറവാട്

14-ാംനൂറ്റാണ്ട് മുതൽ ഓടനാട്ടിൽ അംഗക്കളരി നടത്തുന്ന തറവാടുകളിലൊന്നാണ് കൃഷി, വൈദ്യം. ഓടനാട്ടിലെ പ്രധാന വ്യവസായികളായ തമിഴ് ബ്രാഹ്മണരുടെ കാർഷിക ഉല്പന്നങ്ങളും കയർ, കശുവണ്ടി, സുഗന്ധ വ്യഞ്ജനങ്ങൾ തുടങ്ങിയവ കെട്ടുവള്ളങ്ങളിൽ കൊല്ലം, അഞ്ചുതെങ്ങ്, പുറക്കാട്, ആലപ്പുഴ തുറമുഖങ്ങളിൽ എത്തിക്കുന്നതിന്റെ കോൺട്രാക്ട് എടുത്ത് നടത്തിവന്നു.

മറ്റ് അംഗക്കളരികളിൽനിന്നും വ്യത്യസ്തമായി എല്ലാ മതസ്ഥർക്കും പരിശീലനം നൽകിവന്നു. തെക്കുംകൂർ, വടക്കുംകൂർ രാജവംശങ്ങളുമായി നല്ല ബന്ധത്തിൽ പോയിരുന്ന തറവാടായിരുന്നു. മാർത്താണ്ഡവർമ്മ വേണാടിനെ ആക്രമിച്ചപ്പോൾ സ്വന്തം രാജവംശത്തെ സഹായിച്ച കാരണത്താൽ അനവധി കഷ്ടതകൾ അനുഭവിച്ച കുടുംബമാണ് അറയ്ക്കൽ തറവാട്.

പണ്ടുമുതൽ പണിക്കരുടെ സംരക്ഷണത്തിന്റെ കാര്യത്താൽ അനവധി പീഢനങ്ങൾ കുടുംബത്തിന് അനുഭവിക്കേണ്ടി വന്നിട്ടുണ്ട്.

19-ാംനൂറ്റാണ്ടോടുകൂടി ആറാട്ടുപുഴ മല്ലശ്ശേരി തറവാട്ടിൽ വളർന്നുവന്ന പീഢിതരുടെ രക്ഷകൻ എന്ന് സധൈര്യം പറയാവുന്ന വേലായുധപ്പണിക്കരുടെ ലക്ഷ്യവും തറവാടിന്റെ ലക്ഷ്യവും ഒന്നായിരുന്നതുകൊണ്ട് പണിക്കരുടെ പ്രവർത്തികൾക്ക് കായികമായ എല്ലാ സഹായങ്ങളും നൽകിവന്നു.

പണിക്കരുടെ കൊലപാതകത്തിനുശേഷം അറയ്ക്കൽ കുടുംബത്തിന് അധികനാൾ കൂട്ടുകുടുംബമായി നിൽക്കാൻ ഭരണാധികാരികളും നാട്ടുപ്രമാണിമാരും അനുവദിച്ചില്ല.പിൻഗാമികൾ എല്ലാം തന്നെ ഇപ്പോഴും പീഡിതർക്ക് ഒപ്പംതന്നെ.

കുമാരനാശാൻ

കുമാരനാശാന്റെ ജനനം 1873 ൽ ആയിരുന്നു. മരണം 1924 ജനുവരി 16-ന് കൊല്ലം - ആലപ്പുഴ റെഡിമറാ എന്ന ബോട്ടിൽ സെക്കന്റ് ക്ലാസ്സ് യാത്രക്കാരനായിരുന്നു. കരുവാറ്റയ്ക്ക് പടിഞ്ഞാറ് കുമാരക്കോടി എന്ന സ്ഥലത്തുവച്ച് ബോട്ട് മുങ്ങി കുമാരനാശാൻ

ഉൾപ്പെടെ 24 പേർ മരിച്ചു.

രാജാവ് അടിയന്തിര അന്വേഷണ ഉത്തരവിട്ടു. നീണ്ട അന്വേഷണങ്ങൾക്കുശേഷം പി. ചെറിയാൻ കമ്മീഷന്റെ റിപ്പോർട്ട് സ്വാഭാവികമരണം എന്നാണ്. കടലിൽവരെ നീന്തി പരിചയമുള്ള കുമാരനാശാൻ, കിടന്ന ക്യാബിന്റെ വെളിയിൽ പൂട്ടിയിരുന്ന കാര്യവും എല്ലാ ചോദ്യചിഹനമായിരുന്നു.

ബ്രിട്ടീഷ് രാജകുമാരനിൽനിന്നും പട്ടും വളയും സമ്മാനമായി കിട്ടിയതോടെയാണ് മഹാകവിക്കും എതിരെ യാഥാസ്ഥിതികർ പടവാൾ ഉയർത്താൻ തുടങ്ങിയത്. ആശാൻ കവിതകൾ കോപ്പയടിച്ചതാണ് എന്നുവരെ പറയാൻ മടികാണിച്ചില്ല.

ആശാന് നൽകിയ സ്വീകരണയോഗത്തിൽ മുഖ്യപ്രസംഗം നടത്തിയ സി.നാരായണപിള്ളയുടെ പ്രസംഗത്തിൽ ഒരു വാക്കിൽ പോലും ആശാന്റെ പേര് പരാമർശിച്ചില്ല. അങ്ങനെ പലരും.

പക്ഷേ, മറുപടി പ്രസംഗത്തിൽ ആശാൻ പറഞ്ഞു, നാരായണപിള്ള ഉൾപ്പെടെയുള്ള യുവാക്കൾക്ക് ആസ്വാദനത്തിന് തന്റെ കാവ്യങ്ങൾ വിധേയമായതിൽ ഞാൻ സന്തുഷ്ടനാണ്.

ആശാന്റെ വാക്കുകളിലെ ചടുലത ഉല ഊതിതെളിക്കുന്ന പൊന്നിന്റെ ജ്വാല കാണാമായിരുന്നു. ഒരിക്കലും അധികാരത്തോട് സന്ധിചെയ്തിട്ടില്ല.

ഉദാ: കരുണയിലെ ചില ഈരടികൾ പരിശോധിച്ചാൽ മതി. "വെട്ടിമുറിക്കുക കാൽച്ചങ്ങലകൾ, പൊട്ടിച്ചെറിയുക ഈ കൈവിലങ്ങുകൾ" ഈ ഈരടികൾ പിൽക്കാലം സ്വാതന്ത്ര്യ ഘോഷയാത്രയിൽപോലും ജ്വലിക്കുകയായിരുന്നു. മാത്രമോ ഇത് ഐക്യരാഷ്ട്രസഭയുടെ മുദ്രാവാക്യമായി മാറിയെന്നാണ് ചരിത്രം.

യാഥാസ്ഥിതികത്വത്തിന്റെ കോട്ടകൾ എവിടെ തലപൊക്കുന്നുവോ അവ അപ്പോൾത്തന്നെ തുടച്ചുമാറ്റാൻ കഴിയുന്ന തലമുറ വളർന്നുവരണമെന്നായിരുന്നു ആഗ്രഹം.

ഓരോ രചനകളിലും കുനിയാത്ത ശിരസ്സുകൾ കാണാമായിരുന്നു. സീതയും, ലീലയും, നളിനിയും, വാസവദത്തയും, സാവിത്രിയും തുടങ്ങിയവരെല്ലാം.

തീർന്നില്ല, സീതാദേവി ജഡായുവിനെപ്പറ്റി ശ്രീരാമനോട് പറഞ്ഞ ഒരു വാക്ക് ഞാൻ ഇവിടെ കുറിക്കുന്നു "ചിരബന്ധനമാർന്ന-പക്ഷി-തൻ ചിറകിൻ ശക്തി മറന്നുപോയിടാ". ഈ വരികളുടെ പ്രസക്തി കാലം തെളിയിക്കുമോ?

ടി. കെ. മാധവൻ

ആലുമ്മൂട്ടിൽ കേശവൻ ചാന്നാരുടേയും കോമലേഴത്ത് ഉണ്ണിയാമ്മുവിന്റെയും പുത്രനായി 1885 ലാണ് മാധവന്റെ ജനനം.

വിദ്യാഭ്യാസകാലം മുതൽ കുടുംബമഹിമ ജീവിതത്തിൽ പകർത്തിവന്നു. മനുഷ്യനും-മനുഷ്യനും തമ്മിലുള്ള ഉച്ചനീചത്വം സ്ഥാപിച്ച് സവർണ്ണാധിപത്യം അരക്കിട്ടുറപ്പിച്ച് നീചപ്രവർത്തികൾ നടത്തിവന്നിരുന്നതിനെ ചെറുപ്പംമുതൽ എതിരായിരുന്നു. പിതാവിൽനിന്നുംമറ്റും പഠിച്ച നാട്ടുകാര്യങ്ങളും നാട്ടുകാരനായ ആറാട്ടുപുഴ വേലായുധപ്പണിക്കർ നടത്തിയ ധീരമായ പ്രവർത്തികളും കേട്ടറിഞ്ഞും അനുചരന്മാരിൽനിന്നും ചോദിച്ചറിഞ്ഞ് റ്റി.കെ. ഒരു വിപ്ലവവാഞ്ചയുള്ള മാനവസേവകനായി മാറുന്നതായാണ് കണ്ടത്.

വിദ്യാർത്ഥിജീവിതംമുതൽതന്നെ ഇന്ത്യൻ നാഷണൽ കോൺഗ്രസുമായി അടുക്കുന്നതിൽ ആർ. ശങ്കറിന്റെ പങ്ക് ചെറുതല്ല. തുടർന്ന് ഡോ. പൽപ്പു, കുമാരനാശാൻ, പാണാവള്ളി കൃഷ്ണൻ വൈദ്യർ, ഇടപ്പള്ളി രാഘവൻ തുടങ്ങി പ്രമുഖരായ വ്യക്തികളുമായി ബന്ധപ്പെടുന്ന കാര്യത്തിൽ ഒരു മടിയും കാട്ടിയിരുന്നില്ല.

കാഴ്ചയിൽ ചെറുതെങ്കിലും വാക്കുകളിലെ ചടുലതയും, ഗാംഭീര്യവും, വിഷയാവതരണ ശൈലി മാമ്പഴച്ചാറുപോലുള്ള മൊഴികളും ആരേയും ആകർഷിക്കുന്നതായിരുന്നു.

ചെറുപ്പത്തിൽതന്നെ ശ്രീനാരായണഗുരുവുമായും ഡോ. പൽപ്പു, സഹോദരൻ അയ്യപ്പൻ, സി. കേശവൻ, കുമാരനാശാൻ തുടങ്ങിയവരുമായും ബന്ധം വയ്ക്കുന്നതോടൊപ്പം സാമൂഹികപ്രതിബന്ധതയുള്ള മറ്റ് മതസ്ഥരോട് ബന്ധം കൂടുക എന്നത് മാധവന്റെ ഒരു സ്വഭാവത്തിന്റെ ഭാഗമായിരുന്നു.

സന്ദർഭം കിട്ടുമ്പോഴൊക്കെ ഗുരുദേവനുമായി നാട്ടിലെ ദുരാചാരങ്ങളെപ്പറ്റിയും അയിത്തത്തിന് എതിരെ ആറാട്ടുപുഴ വേലായുധപ്പണിക്കർ നടത്തിയ ധീരമായ പോരാട്ടകഥകളും ബോധപൂർവ്വം അവതരിപ്പിച്ചുവന്നു.

ടി.കെ.മാധവന്റെ ഉൾവിളി മനസ്സിലാക്കിയ ഗുരു പറഞ്ഞു, വേലായുധന്റെ പ്രവർത്തികൾ നാമും കേട്ടറിഞ്ഞിട്ടുണ്ട്. ഒരു സൽപ്രവൃത്തിയുടെ തുടക്കം ശ്ലാഘനീയംതന്നെ, ഒരു കൊടുങ്കാറ്റ് വീശുന്നത് പെട്ടെന്നാണ്? പക്ഷേ, അത് രൂപപ്പെടാൻ പല ഘടകങ്ങളും ആവശ്യമാണെന്ന് ഓർക്കുക.

ഗുരുപറഞ്ഞതിന്റെ പൊരുൾ മനസ്സിലാക്കിയ ടി.കെ. തന്റെ പ്രവർത്തനങ്ങൾക്ക് ചടുലതകൂട്ടി.

ഗാന്ധിജിയും ഗുരുവുമായി സന്ധിക്കാനുള്ള വഴിതെളിച്ചു. 1922 ജനുവരിയിൽ ഗാന്ധി ശിവഗിരിയിൽ എത്തി. ഗുരുവുമായി കൂടിക്കാഴ്ച നടത്തി. അതിലൂടെ ഒരു പുതുയുഗത്തിന് വഴിതെളിഞ്ഞ് ഗാന്ധിജിയുടെ അനുഗ്രഹത്തോടെ കോൺഗ്രസിന്റെ കാക്കിനട സമ്മേളനത്തിൽ സഞ്ചാരസ്വാതന്ത്ര്യത്തിനു വേണ്ടിയുള്ള പ്രമേയം ടി.കെ. മാധവൻ അവതരിപ്പിച്ച് പാസ്സാക്കിച്ചു. ഇതിനുശേഷം ഗാന്ധിജി പങ്കെടുക്കുന്ന പ്രഭാഷണങ്ങളിലും ഉച്ചനീചത്വങ്ങളില്ലാത്ത, മതവൈര്യമില്ലാത്ത, അനാചാരവും അയ്ത്തവുമില്ലാത്ത, തുല്യനീതിയും തുല്യപങ്കാളിത്വവുമാണ് കോൺഗ്രസിന്റെ ലക്ഷ്യമെന്ന് പ്രഖ്യാപിച്ചു.

1924 മാർച്ച് 30ന് വൈക്കം ക്ഷേത്രത്തിൽ സഞ്ചാരസ്വാതന്ത്ര്യത്തിനു വേണ്ടിയുള്ള സമരം ആരംഭിച്ചു. മഹാത്മജി, ശ്രീനാരായണഗുരു, ഇ.വി. രാമസ്വാമി നായ്ക്കർ (തമിഴ്നാട്), യോഗേന്ദ്രസിംഗ് (പഞ്ചാബ്), കേരള ഹിന്ദ് മഹാസഭ, യോഗക്ഷേമസഭ, ക്ഷത്രിയസഭ, നായർ സൊസൈറ്റി (എൻ.എസ്.എസ്.), എസ്.എൻ.ഡി.പി., പുലയർ മഹാസഭ തുടങ്ങിയവർ എല്ലാം സജീവമായി പങ്കെടുത്തു. സമരം 608 ദിവസം നീണ്ടുനിന്നു.

ഉമയമ്മ റാണി

1677-ൽ ഉമയമ്മറാണി വേണാടിന്റെ ഭരണത്തിൽ വരുമ്പോൾ എട്ട് ഊരാളന്മാർ അടങ്ങുന്ന ക്ഷേത്രയോഗക്കാരാണ് ശ്രീപത്മനാഭസ്വാമിക്ഷേത്രം ഭരിച്ചിരുന്നത്. ആയിരക്കണക്കിന് ഏക്കർ ഭൂമിയും മറ്റ് സ്വത്തുക്കളിൽനിന്നുള്ള കരംപിരിച്ച് ഏൽപ്പിക്കുവാൻ എട്ടായിതിരിച്ച് എട്ട് നായർപ്രമാണിമാരെ ഏൽപ്പിച്ചു. (ഇവരാണ് പിൽക്കാലത്ത് എട്ടുവീട്ടിൽ പിള്ളമാർ എന്ന് അറിയപ്പെട്ടിരുന്നത്). ഇവർ കൊടുക്കുന്നത് കരമായി ക്ഷേത്രസമിതി സ്വീകരിച്ചുവന്നു. ഇതു സംബന്ധിച്ച് പരാതികൾ കൂടിയപ്പോൾ ഉമയമ്മറാണി കരംപിരിക്കലിന്റേയും ക്ഷേത്രകാര്യങ്ങളിലും അന്വേഷണമാരംഭിച്ചതോടെ എട്ടുവീട്ടിൽ പിള്ളമാരും എട്ടര കൂട്ടവും റാണിക്ക് നേരെ വാളെടുത്തു. ഇതോടെ റാണി ക്ഷേത്രത്തിന്റെ വരവു-ചെലവ് കൃത്യമായി ഹാജരാക്കണമെന്ന് ഉത്തരവും ഇട്ടു. പ്രമാണിമാരുടെ എതിർപ്പ് വകവയ്ക്കാതെ പൊയ്ക്കൊണ്ടിരുന്നു.

മാർത്താണ്ഡവർമ്മയുടെ കാലം

1729-ൽ മാർത്താണ്ഡവർമ്മ വേണാടിന്റെ രാജാവായി അധികാരമേൽക്കുമ്പോൾ ജനങ്ങളൊക്കെ ഭയപ്പാടിലായിരുന്നു. കാരണം

ക്ഷേത്രയോഗക്കാരും, എട്ടുവീടന്മാരും, മാടമ്പിമാരും പറയുംപോലെയായിരുന്നു രാജഭരണങ്ങൾ നടന്നുവന്നത്. സാധുജനങ്ങൾക്ക് മൃഗത്തിന് നൽകിയിരുന്ന അവകാശങ്ങൾ പോലും ഇല്ലായിരുന്നു.

നിലനിന്നുവന്ന വ്യവസ്ഥയ്ക്ക് ചില മാറ്റങ്ങൾ വരുത്താൻ തീരുമാനിച്ചതോടെ എട്ടുവീട്ടിൽ പിള്ളമാരും എട്ടരുകൂട്ടവും മാടമ്പിമാരും കുടുംബാംഗങ്ങളും യോജിച്ച് മാർത്താണ്ഡവർമ്മയെ എതിർക്കാൻ തുടങ്ങി. ഇത് മനസ്സിലാക്കിയ മാർത്താണ്ഡവർമ്മ നിലവിലെ സേനാബലം വർദ്ധിപ്പിക്കുവാൻ തീരുമാനമെടുത്തു.

കന്യാകുമാരി തച്ചൻവിള ഭാഗത്ത് നടത്തിവന്ന 108 കളരിസംഘ ഗുരുക്കന്മാരെ രാജസംരക്ഷണ സേനയിൽ സ്ഥാനമാനങ്ങൾ നൽകാനും മറ്റു ചേകവന്മാരെ അംഗമാക്കാനും നാം ആഗ്രഹിക്കുന്നു . അഭിപ്രായം രണ്ടുദിവസത്തിനകം അറിയാൻ ആഗ്രഹിക്കുന്നു എന്ന സന്ദേശം എത്തിച്ചു.

രണ്ടാംദിവസം കളരി ഗുരുക്കളുടെ മേധാവിയായ അനന്തപത്മനാഭൻ നാടാരും വാൾപ്പയറ്റ് വീരനായ ഓടനുമായി രാജാവിനെ മുഖംകാണിച്ചു പറഞ്ഞു, അവിടത്തെ സംരക്ഷണവും രാജ്യസംരക്ഷണവും ഏറ്റെടുക്കാൻ ഞങ്ങൾ സന്നദ്ധരാണ് എന്ന് അറിയിച്ചു.

താമസവിനാ മഹാരാജാവ് അനന്തപത്മനാഭൻ നാടാരെ സേനാപതിയാക്കി ശക്തമായ ഒരു രാജ്യസേനയ്ക്ക് രൂപംനൽകി. പിള്ളമാരെ കരംപിരിവിൽനിന്നും ഒഴിവാക്കി ക്ഷേത്രയോഗക്കാരുടെ അധികാരങ്ങൾ കുറച്ച് മാടമ്പിമാരെ നിലയ്ക്കുനിർത്താനുള്ള നടപടി സ്വീകരിച്ചു. കലാപത്തിന് മുതിർന്ന തമ്പിമാരേയും പിള്ളമാരേയും കൊന്ന്, ധിക്കാരികളായ യോഗക്കാരെ നാടുകടത്തി.

നികുതിപിരിവ് കൃത്യമാക്കി രാജ്യത്തെ സാമ്പത്തികനില മെച്ചപ്പെടുത്തി വരവേ വീണ്ടും ശത്രുക്കൾ ഡച്ചുകാരുമായി ഒത്തുകൂടി യുദ്ധത്തിന് ഒരുമ്പെട്ടു. യുദ്ധത്തിൽ (കുളച്ചൽ യുദ്ധം 1741) ഡച്ചുകാരെ പരാജയപ്പെടുത്തുക മാത്രമല്ല, അവരുടെ സേനാനായകൻ ഡില്ലനെ വേണാടിന്റെ വലിയ കപ്പിത്താനുമാക്കി സേന കുറച്ചുകൂടി ശക്തിപ്പെടുത്തി.

ആറ്റിങ്ങലും, കൊല്ലത്തിനുശേഷം കായംകുളം, കോട്ടയം, കൊട്ടാരക്കരയും, പുറക്കാടും, അമ്പലപ്പുഴയും കീഴടക്കി ഏതാണ്ട് അരൂക്കുറ്റിവരെ വേണാടിന്റെ ഭാഗമാക്കി.

മറ്റാരും തുണയില്ലാതിരുന്ന കാലംമുതൽ മാർത്താണ്ഡവർമ്മയെ, ആധുനിക തിരുവിതാംകൂറിന്റെ ശിൽപ്പിയാക്കുംവരെ ഒപ്പം നിന്ന അനന്തപത്മനാഭൻ നാടാരെ അരുവിക്കരവച്ച് രാമയ്യൻ ദളവ നടത്തിയ വിരുന്നുസൽക്കാരത്തിൽ ഭക്ഷണത്തിൽ വിഷംകലർത്തി

മയക്കി വെട്ടിക്കൊല്ലുകയായിരുന്നു. ആറാട്ടുപുഴ വേലായുധപ്പണിക്കരുടെ മറ്റൊരു പതിപ്പ്.

അനന്തപത്മനാഭൻ നാടാരെ സി.വി. രാമൻപിള്ളയുടെ മാർത്താണ്ഡവർമ്മയെന്ന നോവലിൽ നായർപിതൃത്വം നൽകാൻ ശ്രമിച്ചതും നാം വായിച്ചില്ലേ? എന്തിന്, പിന്നാക്കക്കാരനായ തുഞ്ചത്തെഴുത്തച്ഛനും ജന്മനാട്ടിൽ ജീവിക്കാൻ കഴിയാതെവന്നപ്പോൾ ആയ്‌വായൂർ തമ്പ്രാക്കളുടെ സഹായത്തോടെ പാലക്കാട് ഒരു ഗ്രാമത്തിൽ പോയി മക്കളുമായി ജീവിക്കേണ്ടിവന്ന കഥയും നമുക്കറിവില്ലേ?

വെള്ളത്തിലൂടെ നടക്കാൻ അറിയാവുന്ന മഹാകവി കുമാരനാശാൻ ബോട്ടുമുങ്ങി മരിച്ചതാണെന്നും, കവിതകൾ കോപ്പിയടിച്ചതാണെന്നും പറഞ്ഞത് നമ്മൾ കേട്ടവരല്ലേ?

(കുട്ടികളുടെ കേരള ചരിത്രത്തോടും, നാടാർ സർവ്വീസ് സ്മരണികയോടും കടപ്പാട്)

ആരാണ് ഈഴവർ

ലക്ഷക്കണക്കിന് വർഷംമുമ്പ് ആഫ്രിക്കയിൽനിന്നും നാടോടികൾ വേട്ടയാടി ജീവിച്ചുവന്നതിൽ കുറേപ്പേർ ഇറാനിൽ എത്തി നദീതീരങ്ങളിൽ ബാർലി തെനയും മറ്റും കൃഷിചെയ്ത് ജീവിച്ചുവന്നു. കാലാന്തരത്തിൽ പല ദിക്കുകളിലേയ്ക്ക് ഓരോരോ കൂട്ടങ്ങൾ പാലായനം ചെയ്തു. ചിലർ ശ്രീലങ്കയിൽ എത്തി. മറ്റുചിലർ സിന്ധു നദീതീരത്ത് എത്തി താമസമാക്കി. ഇവിടെ കൃഷിക്ക് യോഗ്യമായ സ്ഥലമായിരുന്നു.

കാലാവസ്ഥയും കൃഷിയോഗ്യമായ മണ്ണ് അവരെ പെട്ടെന്നു തന്നെ നല്ലൊരു സംസ്കാരത്തിന്റെ ഉടമകളാക്കിമാറ്റി. (സൈന്ധവ സംസ്കാരം) - അഥവാ ഹാരപ്പ സംസ്കാരം. കൃഷി, വിവിധകലകൾ, വൈദ്യം, കൈത്തൊഴിലുകൾ, താമസത്തിന് നല്ലനല്ല വീടുകൾ, റോഡുകൾ, ജീവിതത്തിന് ആവശ്യം എല്ലാ കാര്യങ്ങളെപ്പറ്റിയുള്ള ചിന്തകളിലേയ്ക്ക് അവരെ തിരിച്ചു.

സിന്ധുനദിയുടെ അല്പം അകലെയുള്ള ഒരു കുന്നുകൂടി അവർ കൈവശമാക്കി. ഇവിടം അവർ 'മോഹഞ്ജദാരോ' എന്ന് വിളിച്ചുവന്നു. വർഷങ്ങൾക്കുശേഷം ഏതാണ്ട് 650 കിലോമീറ്ററോളം വടക്കുമാറി കൃഷിക്ക് യോഗ്യമായ സ്ഥലം വീണ്ടും കണ്ടെത്തി കൃഷി ആരംഭിച്ചു. ഇവിടം 'ഹരിയുപാ' എന്ന് നാമകരണം ചെയ്തു. പിൽക്കാലത്ത് 'ഹാരാപ്പ' എന്നായി. ഇവിടെ കൃഷി മാത്രമല്ല, കൈത്തൊഴിലുകൾ, ആയുധങ്ങൾ ഉണ്ടാക്കുക, കരകൗശലവസ്തുക്കൾ നിർമ്മിക്കുക, വലിയ ഇരുനില വീടുകൾ, യാത്രാസൗകര്യ

ങ്ങൾ, പുതിയ പുതിയ കണ്ടുപിടുത്തങ്ങൾ, ഉല്പാദിപ്പിക്കുന്നവ, കയറ്റുമതിക്ക് ഒരു തുറമുഖം (ലോഥൽ) തരപ്പെടുത്തി കയറ്റുമതി - ഇറക്കുമതിയും ആരംഭിച്ച് സമ്പന്നതയിലേയ്ക്ക് വന്നു. ഒരു ജന തയെ ക്രിസ്തുവർഷത്തിന് 1500 ഓളം വർഷം മുമ്പ് നാടോടി ഗോത്രങ്ങളായ ഓജസ്സും വീറും വേഗതയേറിയ കുതിരകളും മൂർച്ച യേറിയ ആയുധങ്ങളുമായി വന്ന ഈ കൂട്ടർ ആര്യന്മാർ എന്ന് അറിയപ്പെട്ടു. സിന്ധു നദീതീരത്ത് എത്തി, അവിടെ സമ്പന്നതയിൽ ജീവിച്ചു വരുന്ന ജനങ്ങളുടെ മേൽ അക്രമമാരംഭിച്ച്, വർഷങ്ങൾ നീണ്ടു നിന്ന ആക്രമണത്തിൽ ആര്യന്മാർ വിജയിച്ചു. ഇവരുടെ ആരാധന മൂർത്തിയായ ഇന്ദ്രൻ അവരെ സഹായിച്ച കാര്യങ്ങൾ പിൻകാലത്ത് സായിപ്പിന്റെ കാലത്ത് അവർ രചിച്ച ഋഗ്വേദത്തിൽ പറയുന്നത് കറുത്ത നിറമുള്ള 5000 ശത്രുക്കളായും 30000 ദാസന്മാ രേയും അനാര്യന്മാരായ ഒരു ശംമ്പരന്റെ 289 കോട്ടകളും മറ്റൊരു വന്റെ 100 പട്ടണവും ചുട്ടെരിച്ച് മുന്നേറിയതായും കറുത്തവർ കൂട്ടം കൂട്ടമായി പലായനം ചെയ്തതായും രേഖപ്പെടുത്തിയിരിക്കുന്നു.

വീണ്ടും ആര്യന്മാർ ഇന്ദിരനോട് പറയുന്നു ഹേ - ശത്രുനാശക, ഈ ദാസന്മാർ വീണ്ടും ഞങ്ങളെ വലയം ചെയ്യപ്പെട്ടിരിക്കുന്നു. ഇവറ്റകളെ കൂടി കൊന്നൊടുക്കിയാലും.

ആര്യന്മാരുടെ വിജയം കണ്ടതോടെ ഒരു വിഭാഗം അവരോടും സന്ധി ചെയ്ത് മറ്റുള്ളവർ തെക്കു കിഴക്ക് ഭാഗത്തേക്ക് പലായാനം ചെയ്തു. തെക്ക് കിഴക്ക് ഭാഗത്തേക്ക് വന്നവർ കാലാന്തരത്തിൽ ഒരു നല്ല സംസ്കാരത്തിന്റെ ഉടമകളായി ധദ്രാവിഡ സംസ്കാരംപ ഇവരുടെ സഹായത്തിന് അഗസ്ത്യമുനി പങ്ക് വഹിച്ചതായി കാണാം.

കാലാന്തരത്തിൽ ഈ ഗോത്രങ്ങളിൽ നിന്നും മൂന്ന് തലവന്മാർ ഉയർന്ന് വന്ന് (മൂവന്തോർ) ചേര - ചോള - പാണ്ഡ്യൻ. പിൽക്കാലം ഇത് സംഘകാലം എന്ന് അറിയപ്പെട്ടു. ഇതിന്റെ കേന്ദ്രം മധുരയാ യിരുന്നു. ക്രമേണ പണ്ഡിത തതസുക്കളും ചരിത്ര രെജതകളും ആരംഭിച്ച് കാലാന്തരത്തിൽ ദ്രാവിഡദേശം മൂന്നായി ഭാഗിച്ചും ഇന്നത്തെ കേരളം ഉൾപ്പെടുന്ന പ്രദേശത്തെ ഭരണം ചേര രാജവം ശത്തിനായിരുന്നു.

സുഗന്ധവ്യഞ്ജനങ്ങളുടെ വിളഭൂമി ലഭിച്ചതോടെ വ്യാപാര തല്പ രരായ ചേരരാജവംശം നാട്ടിലെ ആദിവാസി തലവന്മാരെ വിളിച്ചു കൂട്ടി സുഗന്ധവ്യഞ്ജനങ്ങളെ പറ്റിയും വാങ്ങുന്നവരെപ്പറ്റിയും എല്ലാ വിവരങ്ങളും ശേഖരിച്ച് ഇവരുടെ കൂടി സഹായത്താൽ ആ രംഗം ശക്തിപ്പെടുത്താൻ ആവിശ്യമായ കാര്യങ്ങൾക്ക് മുൻതൂക്കം നൽകി.

ആദ്യം വിദ്യാസമ്പന്നർ, ആയോധ്യകലാ വിദഗ്ധർ, സഹജ സ്വഭാവമായ സേവന സന്നദ്ധതയുള്ള യുവാക്കൾ തുടങ്ങിയവരെ കണ്ടെത്തി പണ്ഡിത സഭ, രാജ്യ സഭ ഉപദേശക സമിതി, മന്ത്രി മാർ, സേനാനായകർ, കര - നാവിക സേനയിലേക്കുള്ള യുവാക്കൾ എന്നിവരെ തെരഞ്ഞെടുത്ത് യഥാസ്ഥാനങ്ങളിൽ യുവതല മുറകളെ ഏൽപ്പിച്ചു.

വാണിജ്യ ചുമതലക്കാർ മുസരീസ് തുറമുഖം (കൊടുങ്ങല്ലൂർ) വഴി നടന്ന് വരുന്ന വ്യാപാരവും മോസസ്സ് മൂവായിരം വർഷങ്ങൾക്ക് മുമ്പ് സിനായിലെ ദേവാലയം പണിയാൻ സുഗന്ധമുള്ള തടികൾ (ചന്ദനം, തേക്ക്) കറുകപ്പട്ടയും കുന്തിരിക്കം, മയിൽപ്പീലി തുടങ്ങിയവ സ്പാനീഷ് കപ്പൽ വഴി കൊണ്ടുപ്പോയതും സ്പാനിഷ്, റോം, ചൈന തുടങ്ങി അനവധി രാജ്യങ്ങൾ കുരുമുളക്, ഏലം, ഇഞ്ചി, കറുകപ്പട്ട, കുന്തിരിക്കം ഉൾപ്പടെയുള്ള സുഗന്ധവ്യജ്ഞനങ്ങളും തടികൾ, ഉൾപ്പടെ കൊണ്ടുപോയ ചരിത്രങ്ങൾ രാജാവിനെ അറിയിച്ചു. വറക്കേ, തീണ്ടിസ്, നെല്ക്കിണ്ട തുടങ്ങിയ തുറമുഖം വഴിയും കയറ്റുമതിക്ക് സാധ്യതയുള്ള കാര്യങ്ങളും മുഖനാവിൽ അറിയിച്ചു.

ആയോധനം വിദഗ്ധരെ സേനാ നായകന്മാരായും അംഗങ്ങളായും നിയമിച്ചു. കൃഷിയും മത്സ്യം കൈതൊഴിലുകളും പ്രോത്സാഹിപ്പിക്കുവാൻ ചുമതലക്കാരെ നിയമിച്ചു. വളരെ പെട്ടെന്ന് തന്നെ രാജ്യം പുരോഗതി പ്രാപിച്ച് കൊണ്ടിരുന്നു. മന്ത്രിമാർ രാജ്യരക്ഷ അടക്കം ഭൂരിപക്ഷ സ്ഥാനമാനങ്ങളും ഹാരപ്പാസംസ്ക്കാരമുള്ളവർക്കായിരുന്നു. ഈ അധികാരങ്ങൾ ഉപയോഗപ്പെടുത്തി മുതുമുത്തച്ഛന്മാരെ കൊന്നൊടുക്കിയ ആര്യവംശത്തിന് എതിരായി ബുദ്ധ ഭിക്ഷുക്കളിൽ നിന്നും സിദ്ധിച്ച സംസ്കൃത വിദ്യാഭ്യാസവും തനത് കലകളായ ആയോധനകലയും അമ്പും വില്ലും ഗദയും മൂർച്ച ഏറിയ ആയുധങ്ങളും വേഗതയേറിയ കുതിരകളിലും എല്ലാം വൈദഗ്ദ്ധ്യം നേടുന്നത് കണ്ട് രാജവംശത്തിൽ നിന്നും അർഹിക്കുന്ന അംഗീകാരം ലഭിച്ചു വന്നു.

ഭടന്മാർ അമ്പും വില്ലും കുലയ്ക്കുന്നതിലുള്ള വൈദഗ്ദ്ധ്യം അറിഞ്ഞ് ഇല്ലർ എന്ന സ്ഥാനപ്പേരും കല്പിച്ചു നൽകി.

കാലങ്ങൾ വീണ്ടും കഴിഞ്ഞ് ഓട് മേഞ്ഞ വീടുകൾ ആയപ്പോൾ ഇല്ലർ എന്ന വിളിപ്പേരിൽ അറിയപ്പെടാൻ തുടങ്ങി. കാലാന്തരത്തിൽ ഈഴർ എന്നും അറിയപ്പെടാൻ തുടങ്ങി.

കാലം പിന്നെയും കടന്ന് പോയി. വീടുകളിലും ആയോധന കളരികൾ ആരംഭിച്ചതോടെ കളരി മൂപ്പന്മാർക്ക് പണിക്കർ എന്ന

സ്വന്തപേരും കൽപ്പിച്ച് നൽകി. (പിൽക്കാലത്ത് കളരി നടത്തുന്ന വർ എല്ലാം ഈ പേര് സ്വീകരിച്ചു).

ഉത്തരവാദിത്വത്തോടെയുള്ള സേവനസന്നദ്ധത കണ്ട് ചാറ്റോർ (മാന്യന്മാർ) എന്ന ബഹുമതിയും ഒപ്പം തലപ്പാവും കൊട്ടാനുള്ള അവകാശവും കൽപ്പിച്ച് നൽകി.

ആയോധന, അക്ഷര, ഔഷധ, ജ്യോതിഷ പണ്ഡിതന്മാരിലൊരാളായിരുന്നു. കായിക്കര ഗോവിന്ദൻ വൈദ്യരാണ് അഷ്ടാംഗഹൃദയം എന്ന ആയുർവേദ പുസ്തകം മലയാളത്തിലേക്ക് വിവർത്തനം ചെയ്തത്.

ആയുർവേദ ഔഷധഗുണങ്ങൾ സവിസ്തരം വിവരിക്കുന്ന ഡച്ച് പ്രസിദ്ധീകരണമായ ഹോർത്തൂസ് മലബാറിക്കസ് എന്ന ഗ്രന്ഥത്തിന്റെ മുഖ്യ ശിൽപ്പികളിൽ ഒരാൾ ചേർത്തലക്കാരനായ അച്യുതൻ വൈദ്യരാണ്. വേദങ്ങൾ കേട്ടാൽ ശൂദ്രന്റെ ചെവിയിൽ ഈയം ഉരുക്കി ഒഴിക്കുന്ന കാലത്തായിരുന്നു ഇത് എന്നുകൂടി ഓർക്കുക?

ആയോധനകലയുടെ ഉടമകളായ ഈഴവ തറവാട്ടിലാണ് (ചീരപ്പൻ ചിറ) ശബരിമല അയ്യപ്പൻ പഠിച്ചത്. ഒരു കാലത്ത് രാജ്യം അടക്കി വാണ എട്ടുവീട്ടിൽ പിള്ളമാരുടെ തുടക്കക്കാരനായിരുന്ന കഴക്കൂട്ടം പിള്ള കളരി പഠിച്ചത് മേക്കാട്ട് കേശവപ്പണിക്കരിൽ നിന്നാണ്.

അധികം നീട്ടുന്നില്ല, ഈഴവർക്കും പ്രാധാന്യമുണ്ടായിരുന്ന ചേര രാജവംശം ആര്യശക്തികളെ വടക്കേയറ്റം വരെ ചെന്ന് യുദ്ധങ്ങളിൽ പരാജയപ്പെടുത്തിയതും മുഖ്യ എതിരാളികളായിരുന്ന രാജാക്കന്മാരായ കനകനേയും വിജയനേയും കൊണ്ട് ഇന്നത്തെ മംഗള ദേവി ക്ഷേത്രം വരെ കർണ്ണകിയുടെ ബിംബം ചുമപ്പിച്ചുകൊണ്ട് വരാൻ നേതൃത്വം നൽകിയത് സേനാനായകൻ വില്ലൻ കോതനാണെന്ന കാര്യം മറക്കണ്ട, (ചിലപ്പതികാരത്തിൽ നിന്നും). ഈ വില്ലന്മാരെയാണ് ഒരു കൂട്ടർ ചെത്തുകാർ എന്ന് ആക്ഷേപിക്കുന്നത്. തെങ്ങിന്റെ ചുവട്ടിലെ നീര് മുകളിൽ എത്തിച്ച് ഔഷധഗുണമുള്ള പാനീയമാക്കി തീർക്കുന്നവർ ബുദ്ധിശൂന്യരോ?

സനാതന മതം

വടക്കേ ഇന്ത്യയിൽ സനാതന മതത്തിന്റെ പേരിൽ മതം - ജാതി - വർണ്ണവും എല്ലാം ഈശ്വരകൽപ്പിതമാണെന്നും അനുസരിക്കാത്തവരെ അനുസരിപ്പിക്കാൻ കൗടില്യന്റെ അർത്ഥശാസ്ത്രവും കൂടിയായപ്പോൾ പൊറുതിമുട്ടിയ ജനതയും എന്തിന് അശോകൻ

ഉൾപ്പടെ അനവധി രാജാക്കന്മാരും ബുദ്ധമതം സ്വീകരിച്ചത് നാം പഠിച്ചിട്ടില്ലേ?

ബുദ്ധമതം ദ്രാവിഡ നാട്ടിലും വ്യാപിച്ചതോടെയാണല്ലോ ശങ്കരാചാര്യരുടെ ജനനം?

ശങ്കരമതം

കാലടി കൈപ്പള്ളി ഇല്ലത്ത് ശിവഗുരു-ആര്യബാ പുത്രനായി എ.ഡി എട്ടാം നൂറ്റാണ്ടോടുകൂടിയാണ് ജനനം എന്ന് പറയപ്പെടുന്നു. ഏതായാലും അദ്ദേഹത്തിന്റേതായി അനവധി സന്ദേശങ്ങൾ വാരി വിതറി.

ജ്ഞാനമുള്ളയാൾ ബ്രാഹ്മണനായാലും ചണ്ഡാലനായാലും താൻ ഗുരുവായി സ്വീകരിക്കും. ബ്രഹ്മമേ സത്യമായിട്ടുള്ളു. ജഗത് മിഥ്യയാണ്. ജീവൻ ബ്രഹ്മത്തിൽ നിന്നും ഭിന്നമല്ല. (മാനിഷാപഞ്ചകം)

ഗംഗാസ്തവത്താൽ പൂർണ്ണിമനദിയെ (പെരിയാറിനെ) സ്വവസതിയുടെ ചാരത്തേക്ക് ആനയിച്ചും കനകധാര സത്വത്താൽ സ്വർണ്ണ നെല്ലിക്കാ മഴ പെയ്യിച്ചും എതിർമതക്കാരായ പണ്ഡിതന്മാരെ വാദത്തിൽ തോൽപ്പിച്ചും ഭാരത ചരിത്രത്തിന്റേയും സംസ്കാരത്തിന്റേയും ഗതിക്കും വ്യതിയാനം വരുത്തി. വഴിതെറ്റിപ്പോയ സനാതനമതത്തെ നേർവഴിക്കു നയിക്കുവാൻ ബുദ്ധമതത്തിന്റെ ഗുണവശങ്ങൾ സ്വീകരിച്ചും തന്റെ ഭക്തിപ്രസ്ഥാനത്തിലൂടെ നാടാകെ പ്രചാരം ആരംഭിച്ച് ഈ വഴിയിലൂടെ ആര്യ പിൻഗാമികൾക്ക് ദ്രാവിഡ ദേശവഴി തുറന്ന് കിട്ടി. കാലാന്തരത്തിൽ ശക്തമായിരുന്ന ബുദ്ധമതത്തെ നശിപ്പിക്കാൻ ഇവർക്ക് അവസരം ലഭിച്ചു. ബുദ്ധാലയങ്ങളിൽ നരബലിയും തെറിപ്പാട്ടുകളും ആരംഭിച്ചും ബുദ്ധഭിക്ഷുക്കൾക്ക് എതിരെയുള്ള നിരന്തരമായ അക്രമത്തിലൂടെ ആ ധർമ്മ മതത്തെ ഇല്ലായ്മ ചെയ്തു.

തുടർന്ന് ആര്യന്മാരുടെ കടന്നുവരവും ആദിമുതൽ എതിർത്തു വന്ന ഹാരപ്പാ സംസ്കാരമുള്ളവരെ ഇല്ലായ്മ ചെയ്യുക എന്നത് ലക്ഷ്യമായി സ്വീകരിച്ചുമുള്ള പ്രവർത്തികളിലേക്ക് അവർ മാറി.

മതമൈത്രിയുടെ നാട്

പിൽക്കാലത്ത് രാജാക്കന്മാർ മറ്റ് മതസ്ഥരോട് സഹിഷ്ണുത കാട്ടാൻ തുടങ്ങി എ.ഡി 52 ൽ തോമാശ്ലീഹാ കൊടുങ്ങല്ലൂരിൽ എത്തി. ക്രിസ്തുമത പ്രചാരം ആരംഭിച്ചെങ്കിലും സ്ഥാണു രവി വർമ്മയുടെ ഭരണകാലം എ.ഡി 849-ലെ തരിസാപ്പള്ളി ശാസന പ്രകാരം ഇവർക്ക് വിലപ്പെട്ട അധികാരങ്ങൾ നൽകി.

എട്ടാം നൂറ്റാണ്ടോടുകൂടി കേരളത്തിൽ വേര് ഉറപ്പിച്ച ഇസ്ലാം മതസ്ഥർക്കും ചേരരാജവംശം കൊടുങ്ങല്ലൂരിൽ ആദ്യപള്ളി പണിയാൻ സഹായിച്ചു. (ചേര ജുമാമസ്ജിദ്) ഇങ്ങനെ കേരളം മതമൈത്രിയുടെ നാടായി.

കുലശേഖര ഭരണം

നൂറ്റാണ്ട് യുദ്ധത്തിന് ശേഷം കുലശേഖര പെരുമാളിന്റെ ഭരണാരംഭം രാജ്യം പ്രവിശ്യകളാക്കി. നാടുവാഴികളെ ഭരണം ഏൽപ്പിച്ചു. അവിടം മുതലാണ് ഭൂമിക്കും കരം ആരംഭിച്ചത്. രാജാവിന് കോപ്പനവാരം, ദേശവാഴിക്കും പതിപ്പത വാരവും അടിമ-ഉടമ, മനുഷ്യ അവയവങ്ങൾക്ക് വരെ നികുതികൾ ആരംഭിച്ച്, ബ്രാഹ്മണർ ഭരണത്തിന്റെ ഉപദേശകരും സംരക്ഷകരുമായി മാറി. കാലം പിന്നിടുംതോറും അധികാരം ന്യൂനപക്ഷത്തിലേക്കും ഭൂരിപക്ഷത്തിന് മൃഗത്തിനുള്ള അവകാശം പോലും ഇല്ലാതായ സന്ദർഭങ്ങളായി വന്നതോടെ എതിർശബ്ദം പല ദിക്കിലും ഉയരാൻ തുടങ്ങിയതോടെ ആര്യപിൻഗാമികൾ രാജാക്കന്മാരെകൊണ്ട് ബ്രാഹ്മണ-ക്ഷത്രീയ-വൈശ്യ-ശൂദ്രന്മാർ ഒഴികെ ബാക്കി എല്ലാവരെയും അടിമകളാക്കി.

അന്ന് കൃഷി-നെയ്ത്ത്, കയർ-കൈത്തറി വ്യവസായങ്ങൾ, അധ്യാപനം, വൈദ്യം, ജ്യോതിഷം, ആയോധന കലകളും ഒക്കെയായി സമ്പന്നരായി കഴിഞ്ഞ ഈഴവരെ ഉൾപ്പടെ കീഴാളരാക്കി പ്രഖ്യാപിച്ച് സംതൃപ്തി അടയുകയായിരുന്നു ആര്യപിൻഗാമികൾ.

ഭരണത്തെ എതിർത്ത് തോൽപ്പിക്കാൻ കഴിയാത്തത് കാരണം എഴുപത് ശതമാനത്തിലധികം വരുന്ന ഈഴവ-നാടാർ സമൂഹം മുസ്ലീം-ക്രിസ്തു മതങ്ങളിൽ ചേരാൻ തുടങ്ങി. ഇത് അവർക്ക് രണ്ടു കൂട്ടർക്കും ഇഷ്ടവുമായിരുന്നു. ഇതിന്റെ അപകടം മനസ്സിലാക്കി ഈഴവർക്ക് ഒരു സ്വതന്ത്ര മതം രൂപീകരിക്കുന്നതിനെപ്പറ്റി ആലോചന തുടങ്ങി.

ബ്രാഹ്മണർ നീയന്ത്രിക്കുന്ന ഭരണത്തിനെതിരെ കൂടുതൽ ഒന്നും ചെയ്യാൻ കഴിയാതെ മഴ കാത്തിരിക്കുന്ന വേഴാമ്പലിനെപോലെ ആരെയോ കാത്തിരുന്നു. 18-ാം നൂറ്റാണ്ടോടുകൂടി കാർത്തികപ്പള്ളി രാജ്യത്ത് പിറന്ന വേലായുധൻ ഉണ്ണി തുറന്ന സമരമുഖം നാടാകെ വ്യാപിച്ച് ഭരണാധികാരികളുടെ അറിവോടെ ആ ദീപം അണച്ചെങ്കിലും അത് ഏറ്റെടുക്കാൻ അങ്ങ് ചെമ്പഴന്തിയിൽ മറ്റൊരു യുഗപുരുഷൻ ജന്മമെടുത്തിരുന്നു. കർമ്മ ധീരരായ അനുചരന്മാരും നവോത്ഥാന ദാഹികളുമായ ബുദ്ധിജീവികളുടേയും സംഗമം സംഘ

ടിപ്പിച്ചും ഈ മാധവന്റെ ഈഴവർക്ക് ഒരു സ്വതന്ത്രമതം എന്ന പുസ്തകത്തിലെ ആശയത്തിനും പകരം മനുഷ്യർക്ക് എല്ലാം സ്വാതന്ത്ര്യം എന്ന ശ്രീനാരായണഗുരു വചനം നാടാകെ ഏറ്റെടുത്തു. ഡോ. പൽപ്പുവും സഹോദരൻ അയ്യപ്പനും റ്റി.കെ.മാധവൻ, സി. കേശവൻ, കുമാരാനാശാൻ, കൃഷ്ണൻ വൈദ്യർ തുടങ്ങി അനവധി നവോത്ഥാന നായകർ അന്ന് ഭൂമിയിൽ ഇറങ്ങി. ഇതിലൂടെയാണ് നമ്മുടെ നാട് ഇവിടെ വരെയെത്തിയത്.

ഗവേഷണ വിദ്യാർത്ഥികൾക്ക്

ഈഴവരെപ്പറ്റിയുള്ള ഗവേഷകരുടെ അല്പം ചില കാര്യങ്ങളും കൂടി നിങ്ങളുടെ ഓർമ്മയിലേയ്ക്ക് തരാം. (വില്യം ലോഗന്റെ മലബാർ മാനുവലിൽ നിന്നും)

ശിവന്-ഗംഗയിലുണ്ടായ പുത്രൻ വീരഭദ്രനെ ഭൂമിയിലെ പ്രശ്നപരിഹാരത്തിനായി അയച്ചു. വീരഭദ്രൻ വന്നിറങ്ങിയത് വായുവും വാസകിയും തമ്മിലുള്ള യുദ്ധത്തിന്റെ ബാക്കിപത്രമായ ഈഴത്ത് നാട്ടിലായിരുന്നു (ശ്രീലങ്കയിൽ). അവിടത്തെ രാജപുത്രി കല്യാണമണിദേവിയെ വേളികഴിച്ചു. അവർക്കുണ്ടായ പുത്രന് ദക്ഷിണേന്ത്യയിൽനിന്നും നാല് സ്ത്രീകളെ വേളികഴിച്ചു. അതിൽ നാല് പുത്രന്മാർ ഉണ്ടായി. ചോളതറവാട്ടിലുണ്ടായ പുത്രൻ പിതൃസ്വത്ത് പിടിച്ചെടുക്കുക എന്ന ലക്ഷ്യത്തോടെ ശ്രീലങ്കയോട് യുദ്ധം ആരംഭിച്ചു. യുദ്ധത്തിൽ സിംഹളരാണ് വിജയിച്ചത്. ഇതോടെ ചോളനെ സഹായിച്ചതും, ശ്രീലങ്കക്കാരല്ലാത്തവർക്ക് അവിടെ ജീവിതം ദുഷ്കരമായതോടെ തെങ്ങ്, പന തുടങ്ങിയ വൃക്ഷങ്ങളുടെ തൈകളുമായി അവർ കന്യാകുമാരി എന്ന സ്ഥലത്ത് എത്തി തങ്ങളുടെ കുലത്തൊഴിലായ കൃഷി ആരംഭിച്ചു. ഇവരാണ് പിൽക്കാലത്ത് നാടാർ-ഈഴവർ എന്ന് അറിയപ്പെട്ടത് എന്ന് പറയുന്നു.

അങ്കക്കളരി പാരമ്പര്യത്തിൽ തീയന്മാർ പാണ്ഡിത്യം സമ്പാദിച്ചവരായിരുന്നതുകാരണം രാജാക്കന്മാർ ഇവർക്ക് പണിക്കർ എന്ന സ്ഥാനം നൽകി. പിൽക്കാലത്ത് പണിക്കർ എന്ന സ്ഥാനപ്പേര് കളരിനടത്തുന്ന നായന്മാർ കടമെടുത്തതാണ്.

മദ്ധ്യകാലത്ത് ബ്രാഹ്മണർ നായരും ഈഴവരും സംയുക്തമായി ക്ഷേത്രഭരണം നടത്തിയിരുന്നു. ഉദാഹരണത്തിന് വൈക്കം, അമ്പലപ്പുഴ, ചെമ്പഴന്തി, ചീരംകുളങ്ങര, കരുനാഗപ്പള്ളി, പുതുപ്പള്ളി, ശക്തികുളങ്ങര തുടങ്ങിയ ക്ഷേത്രങ്ങളിലും ഭരണം നടത്തിവന്നു. കാലയ്ക്കൽ കുടുംബക്കാരും അമ്പാട്ടുപണിക്കന്മാരുമായിരുന്നു ഇതിൽ പ്രമുഖർ.

എൽ.ആർ. അനന്തകൃഷ്ണയ്യരുടെ തമിഴ്പുരാണത്തിൽനിന്നും സിംഹളരാജ്യത്തെ ബുദ്ധപണ്ഡിതരോടും ദക്ഷിണേന്ത്യയിലെ ശൈവപണ്ഡിതൻ മാണിക്യ ചേകവരുമായി നടത്തിയ മതവ്യാഖ്യാനങ്ങളിൽ മാണിക്യ ചേകവരോട് ആകർഷണം തോന്നിയവർ മടക്കയാത്രയിൽ അദ്ദേഹത്തോടൊപ്പം വന്നവരും പിൻഗാമികളും പിൽക്കാലത്ത് ഈഴവരെന്ന് അറിയപ്പെട്ടതെന്ന് പറയുന്നു.

ചിലപ്പതികാരത്തിൽനിന്നും

എ.ഡി. 2-ാംനൂറ്റാണ്ടിൽ ചേരൻ ചെങ്കുട്ടുവാൻ തിരുവിതാംകൂർ ഭരിച്ചപ്പോൾ പ്രധാനമന്ത്രി മുതൽ ഉന്നതസ്ഥാനമാനങ്ങൾ വഹിച്ചിരുന്നതും, കൃഷിയിലും വ്യാപാരത്തിലും സമ്പത്തിലും, രാജ്യരക്ഷാകാര്യത്തിലും എല്ലാംതന്നെ ആധിപത്യം ഈഴവർക്കായിരുന്നു. ആര്യ മേൽക്കോയ്മ ശക്തിപ്പെട്ടതോടെ ബുദ്ധമതക്കാരായ ഈഴവരുടെ ചെറുത്തുനിൽപ്പിന്റെ ശക്തിയെ പരാജയപ്പെടുത്തി സാമൂഹിക അയിത്തം കൽപ്പിച്ച് കീഴാളരാക്കുകയായിരുന്നു.

ശ്രീനിവാസയ്യരുടെ ഗ്രന്ഥത്തിൽനിന്നും

മദ്ധ്യകാല കേരളത്തിൽ ഈഴവർ സമ്പത്തിലും പാണ്ഡ്യത്യത്തിലും ആയുധ കലകളിലും വൈദ്യത്തിലും മറ്റും അഗ്രഹണ്യരായിരുന്നു. അന്ന് രാജാക്കന്മാർ ഇവർക്ക് ഇന്റേർ (മാന്ന്യൻ) എന്ന് പേര് നൽകിയിരുന്നു.

തെങ്ങുംതൈ ശ്രീലങ്കയിൽനിന്നും കൊണ്ടുവന്ന് വളർത്തിയതല്ലാതെ അത് കുലത്തൊഴിലായി സ്വീകരിച്ചവരാണ് ഈഴവരെന്ന് എനിക്ക് ഇതുവരെയുള്ള വായനയിൽനിന്നും ലഭിച്ചിട്ടില്ല.

സ്വാതിതിരുനാളിന്റെ കാലത്ത് 1936 തിരുവിതാംകൂറിലെ കനേഷുമാരി കണക്കെടുത്തപ്പോൾ 1000 ഈഴവരെ എടുത്താൽ അതിൽ

കൃഷിക്കാർ	180
നെയ്ത്തുകാർ	200
വൈദ്യം	100
സംസ്കൃത പണ്ഡിതർ	100
ചെത്തുകാർ	10

നമ്മുടെ നാട്ടിൽ ഈഴവ-നാടാർ ചെത്താണ് അവരുടെ കുലത്തൊഴിലെന്ന പ്രചരണം എങ്ങനെ വന്നു എന്ന് ആരും പരിശോധിക്കാറില്ല. എന്തിന്, ധീരരും പാണ്ഡിത്യമുള്ളവരും രാഷ്ട്രീയത്തിലുമൊക്കെ ശക്തരായി ഉയർന്നുവന്നവർ 50 വയസ്സിന് താഴെ വച്ച് മരിക്കുന്നത് എന്തുകൊണ്ടാണെന്ന് ആരെങ്കിലും അന്വേഷിക്കാറുണ്ടോ?

ഇതെല്ലാം വരുംകാലങ്ങളിൽ യുവതലമുറ ചികഞ്ഞെടുക്കുമെന്ന് പ്രതീക്ഷിക്കുന്നു.

സഹോദരൻ അയ്യപ്പൻ

ബി.എ. പാസ്സായതിനുശേഷം അദ്ധ്യാപകജോലിയും മറ്റുമായി കഴിഞ്ഞ അയ്യപ്പനെ ജേഷ്ഠൻ അച്ച്യുതൻ വൈദ്യർ ശ്രീനാരായണ ഗുരുവുമായി ബന്ധപ്പെടുത്തി.

ഒരുനാൾ ഗുരു അയ്യപ്പനോട് പറഞ്ഞു: ജാതിക്കെതിരെയുള്ള പ്രസംഗം മാത്രം പോരാ പ്രവർത്തനവും വേണം.

തുടർന്ന് അയ്യപ്പൻ ഒരു സഹോദരപ്രസ്ഥാനം രൂപീകരിച്ച് ആദ്യ പടി പന്തിഭോജനം ആരംഭിച്ചു. സമുദായത്തിലെ ഒരുവിഭാഗക്കാർ എതിർത്തെങ്കിലും തുടർന്നുപോന്നു. എതിർക്കുന്നവരോടായി സഹോദരൻ പറഞ്ഞു. 'അൻപതുകൊല്ലം മുൻപ് മിശ്രഭോജനം നടത്തിയ വേലായുധപ്പണിക്കരാണ് എന്റെ വഴികാട്ടി.'

മനുഷ്യരുടെ മതം-വേഷം-ഭാഷ എന്തായിരുന്നാലും ജാതി ഒന്നായതുകൊണ്ട് പരസ്പര വിവാഹവും, പന്തീഭോജനവും ദോഷമില്ലെന്ന ഗുരുവിന്റെ വിളംബരം അയ്യപ്പന്റെ ആത്മവിശ്വാസം വർദ്ധിച്ചു.

ഒരുനാൾ കൊടുങ്ങല്ലൂർ ക്ഷേത്രത്തിൽ കോഴി കുരുതിക്കെതിരെ സമരം ചെയ്ത് അമ്പലവാസികൾ പൊതിരെ തല്ലി.

വൈക്കം സത്യാഗ്രഹസമയം-ടി.കെ. മാധവനൊപ്പം ഈഴവപ്രമാണിമാരെ സമരത്തിൽ പങ്കെടുപ്പിക്കാനുള്ള പ്രവർത്തനത്തിൽ കാലായ്ക്കൽ തറവാട്ടുകാർ അമ്പലവാസികൾക്കൊപ്പം ചേർന്ന് കുറേ ബുദ്ധിമുട്ടുകൾ ഉണ്ടാക്കി.

1924-ൽ ആലുവ അദ്വൈതാശ്രമത്തിൽവച്ച് നടത്തിയ സർവ്വമത സമ്മേളന ചുമതല ഗുരു അയ്യപ്പനെ ഏൽപ്പിച്ചു. ചരിത്രസമ്മേളനമാക്കി മാറ്റിയതിൽ മുഖ്യപങ്ക് അയ്യപ്പന്റേതായിരുന്നു.

പ്രത്യേകിച്ച് സമ്മേളന കവാടത്തിൽ 'വാദിക്കാനും ജയിക്കാനുമല്ല; അറിയാനും അറിയിക്കാനുമാണ്' എന്ന് ആലേഖനം ചെയ്തത് ഒരു നവീന ചിന്തകന്റെ മുഖമുദ്രയായിരുന്നു.

മറ്റ് മതസ്ഥരിൽനിന്നും നേരിട്ടതിൽ കൂടുതൽ സ്വന്തം സമുദായത്തിൽനിന്നായിരുന്നു എന്നത് ദുഃഖകരമായിരുന്നു. ഭാര്യ പാർവ്വതിയുടെ പ്രോത്സാഹനം അനുസ്മരണീയമാണ്.

തിരുവിതാംകൂറിന്റെ ചരിത്രരചിതാക്കൾ ബോധപൂർവ്വം പൂർവ്വകാലചരിത്രങ്ങൾ മറച്ചുവച്ച് പത്തൊൻപതാം നൂറ്റാണ്ടുമുതലുള്ള ചരിത്രങ്ങൾക്ക് പ്രാധാന്യം കൊടുക്കുന്ന കാഴ്ചയാണ് നമുക്ക് കാണാനും പഠിക്കാനുമുള്ളത്.

ബി.സി.300 മുതലുള്ള ചരിത്രങ്ങളും പ്രത്യേകിച്ച് ചേര-ചോള-പാണ്ഡ്യ രാജവംശചരിത്രങ്ങളോ ദ്രാവിഡ സംസ്കാരചരിത്രങ്ങളോ അതിന്റെ ഗുണദോഷഫലങ്ങളോ ഒന്നും ഇക്കൂട്ടർക്ക് താല്പര്യമില്ല.

ജനങ്ങളെ ചതിക്കുഴിയിലൂടെ ദൈവികവിശ്വാസവുമായി ബന്ധപ്പെടുത്തി മേൽജാതി, കീഴ്ജാതിയാക്കി രാജ്യസമ്പത്തും അധികാരവും വൈദികബ്രാഹ്മണരുടെ ഇംഗിതത്തിന് വഴങ്ങി അനിയൻ തിരുനാൾ മാർത്താണ്ഡവർമ്മ മഹാരാജാവ് തന്റെ ഗോത്രം ഉപേക്ഷിച്ച് ഹരേണ്യഗർഭത്തിലൂടെ ബ്രാഹ്മണ്യം സ്വീകരിച്ചു. രാജ്യവും അധികാരവും ശ്രീപത്മനാഭന് അടിയറവ് വച്ചു. പത്മനാഭദാസന്മാരായി വൈദിക ബ്രാഹ്മണരുടെ ഇംഗിതമനുസരിച്ച് രാജഭരണം തുടങ്ങിയതോടെയാണല്ലോ ഈ മ്ലേച്ഛസംസ്കാരം തിരുവിതാംകൂറിൽ പൂർണ്ണരൂപത്തിൽ പത്തിവിടർത്താൻ തുടങ്ങിയത്.

ഇതിന് എതിരെ പലയിടത്തും എതിർശബ്ദങ്ങൾ ഉയർന്നുവന്നിരുന്നെങ്കിലും വേലായുധപ്പണിക്കർ ഒരു വിപ്ലവകാരിയെപ്പോലെ ഉയർന്നെഴുന്നേറ്റു. തുടർന്ന് കന്യാകുമാരി ഭാഗത്തുള്ള കന്യാകുമാരി ഭാഗത്തുള്ള അയ്യാ വൈകുണ്ഡം സ്വാമികളും ചട്ടമ്പി സ്വാമികൾ, അയ്യങ്കാളി, പണ്ഡിറ്റ് കറുപ്പൻ, വൈക്കം മൗലവി, ചാവറ അച്ചൻ, വാഗ്ഭടാനന്ദസ്വാമികൾ, റ്റി.കെ.മാധവൻ, ഡോ. പൽപ്പു, വി.ടി ഭട്ടതിരിപ്പാട്, കുമാരനാശാൻ, സഹോദരനയ്യപ്പൻ തുങ്ങി അനവധി പുരോഗമന ചിന്തകർ രംഗത്ത് വന്നെങ്കിലും ക്രാന്തദർശിയായ ശ്രീ നാരായണ ഗുരുവിന്റെ വിശ്വമാനവവീയ തത്വദർശനം നൂറ്റാണ്ടുകളുടെ പിൻബലമുള്ള അനാചാരങ്ങളെ നിഷ്പ്രഭമാക്കാൻ കഴിവുള്ള പ്രവർത്തികളും രചനകളും ലോകസംഗ്രഹപ്രവർത്തനങ്ങൾക്ക് കാരണമായി. ഇതോടെ പുത്തൻ ആശയങ്ങളും ചിന്തകളും വിശകലനം ചെയ്യാൻ തുടങ്ങിയതോടെ അദ്വൈത വേദാന്തത്തെ പുതിയകാല വെളിച്ചത്തിൽ വിശകലനം ആരംഭിച്ചു.

ഗുരുവിന്റെ 64 കൃതികളും ഗുരുമാഹാത്മ്യത്തെപ്പറ്റി പല പണ്ഡിതന്മാരും രചിച്ച കൃതികളിൽ ശ്രീ.കാർത്തികേയൻ പുതുപ്പള്ളിയുടെ "ഗുരുലോകത്തിന്റെ വെളിച്ചം" എന്ന കൃതിയിലൂടെ ചില പുതിയ അറിവുകളും നൽകുന്നു.

ഇതോടെ ജനമനസ്സുകളിൽ നവോത്ഥാനചിന്തകൾ ശക്തിപ്പെടാൻ തുടങ്ങി. അതിലൂടെ ഉയർന്നുവന്ന സാംസ്കാരിക അന്തരീക്ഷമാണ് മറ്റ് പലതിന്റെയും വളർച്ചയ്ക്ക് കാരണമായത്.

ഇവകളിലൂടെ എല്ലാം കിട്ടുന്ന സാമൂഹികവും ദാർശനികവും വിപ്ലവാത്മക മാനങ്ങൾ കൂടുതൽ കൂടുതൽ മാനവരാശിക്ക് പകർന്നു നൽകേണ്ട ചുമതല യുവതലമുറ ഏറ്റെടുക്കേണ്ട കാലമാണിത്.

യാത്ര

ഹരിപ്പാട് ശ്രീ സുബ്രഹ്മണ്യ ക്ഷേത്രം

ക്ഷേത്ര വൈദികചടങ്ങുകളും പ്രതിഷ്ഠാകർമ്മങ്ങളും പഠിക്കാനുള്ള യാത്ര ആരംഭിച്ചത് ഹരിപ്പാട് ശ്രീ സുബ്രഹ്മണ്യ ക്ഷേത്രാനുവാദത്തോടുകൂടിയായിരുന്നു. ബ്രഹ്മമുഹൂർത്തത്തിൽ തന്നെ വേലായുധപണിക്കരും അറയ്ക്കൽ ചന്തു, സഹായി മുത്തുവിനോടൊപ്പം പെരുമാളച്ചനും അറയ്ക്കൽ കാരണവരും മറ്റ് ബന്ധുമിത്രാദികളുമുണ്ടായിരുന്നു.

ചടങ്ങുകൾ ആരംഭിക്കുന്നതിന് മുമ്പ് പെരുമാളച്ചൻ പറഞ്ഞു "ഉണ്ണിയുടെയും സഹപാഠികളുടെയും അറിവിലേയ്ക്കായി ഈ ക്ഷേത്രചരിത്രം ഞാൻ പറഞ്ഞുതരാം. മറ്റ് സന്ദർശന സ്ഥലങ്ങളുടെ ഒരു ചെറുചരിത്രം കൂടി പഠിച്ച് വരണം".

ക്ഷേത്രചരിത്രം ചുരുക്കം

പണ്ട് ഈ നാടിന്റെ പേര് കുമാരപുരം എന്നായിരുന്നു. എന്റെ മുതുമുത്തച്ഛൻ ഉൾപ്പെടെയുള്ള കരപ്രമാണിമാർ ഇവിടെ ശാസ്താ ക്ഷേത്രം പണിയാൻ തീരുമാനിച്ചു. ക്ഷേത്രം പണി പൂർത്തിയാക്കി പ്രതിഷ്ഠയ്ക്ക് രണ്ട് ദിവസം മുമ്പ് രാത്രിയിൽ കമ്മറ്റിക്കാർക്ക് ഒരു സ്വപ്നദർശനമുണ്ടായി. ഈ ക്ഷേത്രത്തിൽ പ്രതിഷ്ഠിക്കാനുള്ള വിഗ്രഹം കായംകുളം കായലിൽ ജലാധിവാസമേറ്റ് കിടപ്പുണ്ട്. ത്രേതായുഗം മുതൽ പരശുരമാന്റെ പൂജ ഏറ്റുവാങ്ങി കഴിയുകയാണ്. നിങ്ങൾ തെക്കോട്ട് കായലിൽ കൂടി യാത്ര ചെയ്യുമ്പോൾ പുഷ്പാലങ്കൃതമായ ഒരു ചുഴി അനുഭവപ്പെടും അവിടെ മുങ്ങി എടുക്കുക എന്നുപറഞ്ഞ് ആ ദിവ്യ മനുഷ്യൻ മറഞ്ഞു.

പിറ്റേദിവസം പ്രമാണിമാർ ഒത്തുകൂടി രാത്രി കണ്ട സ്വപ്നത്തെപ്പറ്റി ചർച്ച ചെയ്തു. ദൈവഹിതമങ്ങനെയെങ്കിൽ അതുതന്നെ ആകട്ടെ എന്ന് പറഞ്ഞ് മൂന്ന് വള്ളങ്ങളിലായി തെക്കോട്ട് യാത്രയായി. കുറേദൂരം ചെന്നപ്പോൾ സ്വപ്നത്തിൽ കണ്ടതുപോലെ കൂടിക്കിടക്കുന്ന പുഷ്പങ്ങളുടെ നടുവിൽ കണ്ട ചുഴിഭാഗത്ത് രണ്ടുപേർ മുങ്ങി. കൃത്യം ആറാമത്തെ മിനിറ്റിൽ ശംഖനാദധ്വനി മുഴക്കത്തോടെ ആ ദിവ്യ വിഗ്രഹം ജലമുകളിൽ എത്തി. അല്പംപോലും താമസിയാതെ ആറുവഴി കുമാരപുരത്ത് എത്തിച്ചു.

അടുത്തദിവസംതന്നെ വൃശ്ചികമാസം കാർത്തികനാളിൽ പ്രതി

ഷ്ഠയ്ക്കുള്ള വൈദികചടങ്ങുകൾ ആരംഭിച്ചപ്പോൾ സ്വപ്നദർശനം നൽകിയ ആ ദിവ്യപുരുഷൻ ബ്രാഹ്മണവേഷധാരിയായി എത്തി വൈദികചടങ്ങുകൾക്ക് നേതൃത്വം നൽകി. അവിടെ കൂടിയവർക്കെല്ലാം തൃമധുരം നൽകി കഴിഞ്ഞപ്പോൾ ദിവ്യപുരുഷനെ കാണാനില്ല.

അപ്പോൾതന്നെ തന്ത്രി ദേവപ്രശ്നത്തിലൂടെ ദിവ്യപുരുഷൻ സാക്ഷാൽ ശ്രീ ഹരിയാണെന്ന് കണ്ട് അങ്ങനെ ഹരിപാദദർശനമേറ്റ ഈ പുണ്യഭൂമിക്ക് ഹരിപാദപുരം എന്നും പിൽക്കാലം ഹരിപ്പാടായി.

ഉപകഥകൾ പലതുമുണ്ട്

വിഗ്രഹം കണ്ടെടുത്ത സ്ഥലം കണ്ടനല്ലൂർ എന്ന പേരിൽ അറിയപ്പെട്ടു. പായിപ്പാട് വഴി വന്നതിന്റെ സ്മരണയ്ക്കാണ് ചിങ്ങമാസത്തിലെ ചതയം നാളിലെ വള്ളംകളി.

ഇടയ്ക്ക് അരനാഴിക ദൂരത്ത് വിശ്രമമെടുത്ത സ്ഥലത്ത് ഒരു ക്ഷേത്രം പണിത് കൊടുക്കേണ്ടിവന്നു അതാണ് അരനാഴികക്ഷേത്രമെന്ന് അറിയപ്പെടുന്നത്.

ശുഭയാത്ര - എല്ലാം മനസ്സിലാക്കി വരിക. അങ്ങനെ ബ്രാഹ്മണവേഷധാരിയായി ആറാട്ടുപുഴ വേലായുധ പണിക്കർ വെള്ളക്കുതിരയിലും, അറയ്ക്കൽ ചന്തു ചുട്ടിക്കുതിരയിലും, മുത്ത് ചെമ്പൽക്കുതിരയിലുമായി യാത്രയാരംഭിച്ചു.

പൂജാരിയിൽ നിന്നും അറിഞ്ഞ കഥ – അമ്പലപ്പുഴ ക്ഷേത്രചരിത്രം

പുറക്കാട് രാജ്യം ചെമ്പകശ്ശേരി രാജവംശം ഭരണം നടത്തിവരുന്ന കാലം. ഒരു നാൾ ദേവനാരായണൻ തമ്പുരാനും വില്യമംഗലം സ്വാമിയും കൂടി ഓടി വള്ളത്തിൽ യാത്ര ചെയ്ത് കൊണ്ടിരിക്കുമ്പോൾ ഈ ക്ഷേത്രം നിൽക്കുന്നതിന് അടുത്തുനിൽക്കുന്ന ആലിൽ നോക്കി വില്വമംഗലംസ്വാമി സംസാരിക്കുന്നത് കണ്ട് തമ്പുരാൻ ചോദിച്ചു എന്താ വില്വമംഗലം നിങ്ങൾക്ക് ചിത്തഭ്രമം പിടിച്ചോ?

വില്വമംഗലം, തമ്പുരാനോട് പറഞ്ഞു ദാ, ആ നിൽക്കുന്ന ആലിൽ ഉണ്ണികൃഷ്ണൻ ഇരിക്കുന്നത് കണ്ടില്ലേ രാജാവ് പെട്ടെന്ന് ആലിലേയ്ക്കും നോക്കിയതും കണ്ണിന് കാഴ്ചകുറഞ്ഞതും ഒരുപോലായിരുന്നു. ഇത് സമ്മതിച്ച് ഇരുവരുടെയും സംഭാഷണങ്ങൾക്കുശേഷം യുക്തമായ സ്ഥലം കണ്ടുപിടിച്ച് ക്ഷേത്രം പണിത് തുടങ്ങി?

പ്രതിഷ്ഠവിഗ്രഹം തെക്കൻകൂർ രാജവംശമാണ് നൽകിയത്. ഓടി വള്ളത്തിൽ വിഗ്രഹവുമായി ചമ്പക്കുളത്ത് എത്തിയപ്പോൾ യാത്ര പുലർകാലത്ത് മതിയെന്നായി തന്ത്രി. അതോടെ ചമ്പക്കുള

ത്തുള്ള ഒരു നമ്പൂതിരി ഇല്ലത്തിൽ വിശ്രമിച്ചശേഷം പുലർകാലേ അമ്പലപ്പുഴ എത്തി.

നിശ്ചയിച്ച പ്രകാരം വിഗ്രഹത്തിൽ ചൈതന്യം ആധാനം നടത്തിയശേഷം പുതുമന നമ്പൂതിരി രാജാവിന്റെ അനുവാദത്തോടെ പ്രതിഷ്ഠ നടത്താൻ ശ്രമിച്ചിട്ട് പ്രതിഷ്ഠ ഉറയ്ക്കുന്നില്ല. എല്ലാവരും പരിഭ്രാന്തരായി നിൽക്കുമ്പോൾ ദാ വരുന്നു നാറാണത്ത്ഭ്രാന്തൻ. വില്വമംഗലം സ്വാമി രാജാവിനോട് ചോദിച്ചു പ്രതിഷ്ഠ നാറാണത്തിനെക്കൊണ്ടായാലോ. അല്പം മൗനത്തിന് ശേഷം നാറാണത്ത് ഭ്രാന്തനെക്കൊണ്ട് പ്രതിഷ്ഠ നടത്തിച്ചു. നിലവിളക്കുകളുടെ ശോഭ വർദ്ധിച്ച് കൃത്യമായി പ്രതിഷ്ഠ ഉറച്ചതും ശംഖുനാദം മുഴങ്ങിയതും ഒരുപോലായിരുന്നു. ഇതാണ് ക്ഷേത്ര ഐതീഹ്യം.

പാൽപ്പായസത്തിന്റെ കഥ

ചെമ്പകശ്ശേരി രാജാക്കന്മാർ എല്ലാവരുംതന്നെ ചതുരംഗപ്രിയരായിരുന്നു. ചതുരംഗ വിദഗ്ദ്ധരെ വിളിച്ചു കളിപ്പിച്ച് ധാരാളം സംഭാവന നൽകുക പതിവായിരുന്നു.

ഒരു ദിവസം വടക്കുദേശത്തുനിന്ന് ഒരു ഉണ്ണി നമ്പൂതിരി വന്നു (കണ്ണപ്പനുണ്ണി) രാജാവ് ചോദിച്ചു: കളി വശമുണ്ടോ?

ഉണ്ണി : ഉണ്ട്

രാജാവ് : തോറ്റാൽ ക്ഷേത്രത്തിൽ വാല്യക്കാരനാകേണ്ടിവരും. ജയിച്ചാൽ എന്ത് വേണമെന്ന് പറഞ്ഞോളൂ.

ഉണ്ണി : എനിക്ക് കുറച്ച് ധാന്യം നൽകിയാൽ മതിയാകും

രാജാവ് : നമ്പൂതിരി ചോദിക്കുന്ന ധാന്യം നൽകാൻ തയ്യാർ

രണ്ടുപേരും കളിയാരംഭിച്ചു. എല്ലാ കളിയിലും ഉണ്ണി വിജയിച്ചു.

രാജാവ് മന്ത്രിയെ വിളിച്ചു. ഈ വിജയി ചോദിക്കുന്നത്ര ധാന്യം നൽകൂ.

ഉണ്ണി നമ്പൂതിരി പറഞ്ഞു: എനിക്ക് 64 കള്ളി നെല്ല് മതി ആദ്യം. കള്ളിയിൽ നിറയ്ക്കുന്നതിന്റെ ഇരട്ടിയായിരിക്കണം. രണ്ടാമത്തെ കള്ളിയിൽ-അങ്ങനെ 64 കള്ളി നെല്ല്. നിസാരം എന്ന് കരുതി നിറയ്ക്കാൻ തുടങ്ങിയെങ്കിലും അളക്കാൻ നെല്ലില്ലാതെ ബുദ്ധിമുട്ടുന്നത് കണ്ടപ്പോൾ ഉണ്ണി പറഞ്ഞു. ബുദ്ധിമുട്ടണ്ട 30 ദിവസം കഴിഞ്ഞ് ഞാൻ വരും അപ്പോൾ തന്നാൽ മതിയെന്ന് പറഞ്ഞ് മടങ്ങി.

30-ാം ദിവസത്തിനുശേഷം വള്ളവുമായി വന്നപ്പോൾ മന്ത്രി ഉണ്ണിയോട് പറഞ്ഞു കൂമ്പാരത്തിൽ നിന്നും അളന്ന് എടുത്തുകൊള്ളുക. ഇവിടെ ജോലിക്കാർ ഇല്ല. ബുദ്ധിമാനായ മന്ത്രിയുടെ മുഖത്തു നോക്കി ഒന്ന് പുഞ്ചിരിച്ചിട്ട് ഉണ്ണി പറഞ്ഞു. 'ഞാൻ ധാന്യം ഇവിടെ

നിന്ന് കൊണ്ടുപോകുംവരെ ഇതിന്റെ പലിശകൊണ്ട് ഭാഗവാൻ കൃഷ്ണനും പ്രജകൾക്കും നിത്യവും പായസം നൽകുക' എന്നുപറഞ്ഞ് മറഞ്ഞു.

ചീരപ്പൻചിറ കളരി

അമ്പലപ്പുഴയിൽനിന്നും പുറപ്പെട്ടപ്പോൾ, പണിക്കർ ചന്തുവിനോടായി പറഞ്ഞു, നമുക്ക് ചീരപ്പൻചിറ കളരി കണ്ടറിഞ്ഞുപോകാം.

ചന്തു: ചീരപ്പൻചിറക്കാർ കടത്തനാടന്മാരാണ് പണ്ട് തെക്കുദേശത്ത് ആയോധനകളരികൾ കുറവായിരുന്ന കാലത്ത് ചേരരാജവംശത്തിന്റെ അഭ്യർത്ഥനപ്രകാരം ചീരപ്പൻ ഗുരുക്കളും മക്കളുമായി ഇവിടെ വന്നതാണ്.

രാജാവ് അവർക്ക് പാർക്കാനും കളരിക്കും കൃഷിക്കും മറ്റുമായി യാത്രാസൗകര്യമുള്ള സ്ഥലം നൽകിയത് തണ്ണീർതടവും ചിറകളുമായി കിടന്നിരുന്ന സ്വസ്ഥമാണ്. പിൽക്കാലം ഇവിടം തണ്ണീർമുക്കം എന്ന് അറിയപ്പെട്ടു.

ചീരപ്പൻ ഗുരുക്കളുടെ പേരിൽ പിൽക്കാലം ഇവർ ചീരപ്പൻചിറക്കാർ എന്നറിയപ്പെടാൻ തുടങ്ങി. രാജാക്കന്മാരുടെ ആവശ്യപ്രകാരം ചേകവരെ പരിശീലിപ്പിച്ചു നൽകിവന്നു.

നാട്ടിലെ കരംപിരിവിന്റെ ചുമതലക്കാരായ എട്ടുവീട്ടിൽപിള്ളമാർക്ക് ആവശ്യമായ സൈനിക പരിശീലനവും നൽകാൻ ചീരപ്പൻചിറക്കാരെ ചുമതലപ്പെടുത്തി.

പന്തളത്ത് രാജാവിന്റെ വളർത്തുപുത്രൻ മണികണ്ഠൻ ഈ കളരിയിലാണ് ആയോധനകലകൾ അഭ്യസിച്ചുവന്നത്. രാജനിർദ്ദേശപ്രകാരം മർമ്മാണി - പറന്ന് വെട്ട്, വാൾപ്പയറ്റ്, പൂഴിചുഴറ്റൽ, ഉറുമിവേല എല്ലാ പരിശീലപ്പിക്കണം എന്ന് നിർദ്ദേശം നൽകി. സാധാരണ ഇത് എല്ലാം ഒരാളെ പരിശീലിപ്പിക്കാറില്ല.

മണികണ്ഠൻ ഗുരുക്കളേയും സഹപഠിതാക്കളേയും അത്ഭുതപ്പെടുത്തിക്കൊണ്ട് ഓരോ അഭ്യാസമുറകളും പരിശീലിച്ചുവന്നു.

കടലോരങ്ങളിൽ കടൽകൊള്ളക്കാരുടെ ശല്യം സഹിക്കവയ്യാതെ, രാജനിർദ്ദേശപ്രകാരം കൊള്ളക്കാരെ അമർച്ച ചെയ്യാൻ ചീരപ്പൻചിറ കളരിയിൽനിന്നും ചെല്ലുന്ന ചേകവന്മാർ പരാജയപ്പെട്ടന്നറിഞ്ഞു. ഗുരുക്കളും ഉറുമി വിദഗ്ദ്ധയായ മകൾ പൂങ്കൊടിയുംകൂടി പോകാൻ തുടങ്ങിയപ്പോൾ മണികണ്ഠൻ ഗുരുവിന്റെ യാത്ര വിലക്കിയിട്ട് ഞാൻ പോകാം എന്ന് ശഠിച്ചപ്പോൾ മനസ്സില്ലാ മനസ്സോടെ ഗുരു അനുവാദം നൽകി. കൂട്ടിന് പൂങ്കൊടി കൂടി ഇരിക്കട്ടെ എന്ന് നിർദ്ദേശിക്കുകയും ചെയ്തു.

അങ്ങനെ കടൽക്കൊള്ളക്കാരൻ ബാബറെ മണികണ്ഠൻ കീഴ്പ്പെടുത്തിയെങ്കിലും കൊള്ളക്കാരെ അമർച്ചചെയ്യാൻ പൂങ്കൊടിയുടെ ഉറുമിയും ചലിപ്പിക്കേണ്ടിവന്നു.

ഇതോടെ ബാബർ കൊള്ള അവസാനിപ്പിച്ച് മണികണ്ഠന്റെ അനുചരനായി മാറുകയായിരുന്നു എന്നാണ് കഥ. ബാബരുടേയും സംഘത്തിന്റേയും കീഴടങ്ങൽ അറിഞ്ഞ രാജാവ് ആയോധനകലയുടെ മഹത്വവും പാരമ്പര്യവും കൂടുതൽ കൂടുതൽ ശക്തിപ്പെടുത്തുന്നവർക്കും നാം - പണിക്കർ എന്ന സ്ഥാനപ്പേര് നൽകുന്നു. ഇങ്ങനെയാണ്, പണിക്കർ സ്ഥാനം കിട്ടിയ കഥ.

ഒരുനാൾ വനംകൊള്ളക്കാരൻ ഉദയൻ പന്തളം കൊട്ടാരം കൊള്ളയടിക്കാൻ വരുന്ന വിവരം ലഭിച്ചതോടെ മണികണ്ഠൻ ഗുരുവിന്റെ അനുവാദത്തിന് കാത്തുനിൽക്കാതെ ഉടവാളും, ആഭരണങ്ങളും ഗുരുവിനെ ഏൽപ്പിക്കാൻ മക്കൾ പൂങ്കൊടിയെ ഏൽപ്പിച്ച് മടങ്ങാൻ തുടങ്ങുമ്പോൾ പൂങ്കൊടിയുടെ സ്വപ്നകൊട്ടാരത്തിന്റെ ആഴം മനസ്സിലാക്കിയ മണികണ്ഠൻ പറഞ്ഞു, ഞാൻ നിത്യബ്രഹ്മചാരിയാണ് എങ്കിലും, എന്റെ ചാരത്ത് നിനക്കും ഒരു ഇടമുണ്ടാകും. പുതിയതായി എന്നെ കാണാൻ ഒരാളില്ലാത്ത നാൾ നിന്റെ ആഗ്രഹം നിറവേറ്റുന്നതായിരിക്കും എന്നുപറഞ്ഞ് പന്തളത്തേയ്ക്ക് യാത്രയായി.

അടുത്ത ദിവസം ഗുരുവിനു മണികണ്ഠൻ സ്വപ്നദർശനം നൽകി. വരുന്ന ദിവസം വീടിന് ചാരത്തുകൂടി ഒരു മരം ഒഴുകിവരും, അത് എടുത്ത് ഒരു ക്ഷേത്രം പണിയണം, എന്നെ കാണണമെന്ന് തോന്നുമ്പോൾ ഞാൻ അവിടെയുണ്ടാകും. എന്റെ പ്രിയപ്പെട്ട ഗുരുകുലത്തിന് എന്നിൽ ഒരു അവകാശമുണ്ടായിരിക്കും.

കൂനം കുരിശ്

പോർച്ചുഗീസുകാർ മതഭ്രാന്തരായിരുന്നു. 1541 ൽ കൊടുങ്ങല്ലൂരിൽ ഒരു സെമിനാരിയിൽ വച്ച് ലത്തീൻ കുർബ്ബാന ആരംഭിച്ച്, ഇതോടെ ക്രിസ്ത്യാനികൾക്ക് ഇടയിൽ അഭിപ്രായ വ്യത്യാസം ആരംഭിച്ചു. ഇത് ശക്തമായതോടെ 1599 ൽ 800ലധികം പ്രതിനിധികളെ പങ്കെടുപ്പിച്ച് ഒരു യോഗം ചേർന്ന് ചില നീക്ക്പോക്ക് വരുത്തി കുർബ്ബാന പരിഷ്ക്കരിച്ച് ബാബിലോണുമായി കേരളസഭയ്ക്ക് ഉണ്ടായിരുന്ന ബന്ധം ഉപേക്ഷിച്ച് പൂർണ്ണമായി റോമിന്റെ ആധിപത്യം അംഗീകരിച്ചു.

ഇതിനെതുടർന്ന് ലത്തീൻകാർ കൊച്ചി രൂപതയിലും, സുറിയാനിക്കാർ അങ്കമാലി രൂപതയിലുമായി പിരിഞ്ഞു. ഈ പ്രവർത്തി പോർച്ചുഗീസ് ഭരണാധികാരികൾക്ക് ഇഷ്ടപ്പെട്ടില്ല.

പിൽക്കാലത്ത് സുറിയാനിക്കാർ ബാബിലോണിൽ നിന്നും ഒരു വൈദികനെകൊണ്ട് വന്നത് അടിപിടിയിൽ കലാശിച്ചു.

ഇതിനുശേഷം ഒരു കൂട്ടർ ഒരു വലിയ കയറുമായി മട്ടാഞ്ചേരിയിലെ പുരാതന കുരിശിൽ ചുറ്റി രണ്ടുഭാഗത്ത് നിന്ന് വലിച്ച് സത്യം ചെയ്തു മേലിൽ പോർച്ചുഗീസ് പുരോഹിതരെ അംഗീകരിക്കില്ലെന്ന്, അന്ന് കുരുശിന് അൽപ്പം ചായ്‌വുണ്ടായി അതിന്ശേഷമാണ് ഇത് കൂനംകുരിശ് എന്നറിയപ്പെടുന്നത്. (കടപ്പാട് കുട്ടികളുടെ കേരളചരിത്രം)

ചോറ്റാനിക്കര ക്ഷേത്രചരിത്രം

കേരളത്തിലെ ഏകവിഷ്ണു ഭഗവതി ക്ഷേത്രമാണിത്. പണ്ട് ഈ സ്ഥലം വേണാട് എന്നാണ് അറിയപ്പെട്ടിരുന്നത്. ഒരു കൂട്ടം ആദിവാസികൾ ഇവിടെ വന്ന് പാർത്ത് വരവേ മൂപ്പൻ കണ്ണപ്പൻ വാഴമല്ലിപ്പൂക്കളുടെ സുഗന്ധമടിച്ച സ്ഥലം ലക്ഷ്യമാക്കി നടന്നു എത്തിയത് പുഷ്പങ്ങളാൽ മൂടപ്പെട്ട ഒരു തറയും അവിടെ ഒരു വിഗ്രഹവുമായിരുന്നു.

കണ്ണപ്പൻ വിഗ്രഹത്തിൽ കെട്ടിപ്പിടിച്ചുകൊണ്ട് ഏങ്ക കാളിയമ്മ എന്ന് വിളിച്ച് ആർത്തുല്ലസിച്ച് നിമിഷനേരത്തിനുള്ളിൽ മലയരയന്മാർ ഓടിക്കൂടി ഉത്സവഛായ പകർന്നു.

തുടർന്ന് പൂജകളും ആട്ടവും പാട്ടുകളുമായിരുന്നു. ഒരു ദിവസം കണ്ണപ്പൻ വന്നപ്പോൾ വിഗ്രഹത്തിന് അടുത്ത് ഒരു മൃഗം രക്തത്തിൽ പുരണ്ട് കിടക്കുന്നത് കാണാൻ ഇടയായി. 'ഏന്റെ കാളിക്ക് ചോര തേവയാ' എന്ന് ചോദിച്ചുകൊണ്ട് അടുത്തദിവസം മുതൽ ഒരു പശുവിനെവീതം കുരുതി കൊടുത്തുവന്നു. വർഷങ്ങൾക്ക് ശേഷം ഒരുദിവസം പശുവിനെ കിട്ടാതെവന്നപ്പോൾ കണ്ണപ്പൻ തന്റെ മകൾ മല്ലി ഓമനിച്ച് വളർത്തിയ പശുകിടാവിനെ വെട്ടാൻവേണ്ടി വാൾ ഓങ്ങിയതും വാൾ ദൂരേക്ക് തെറിച്ച് പോയതും ഒപ്പമായിരുന്നു.

ഇതോടെ കാളിയമ്മ കോപിച്ചു എന്നുപറഞ്ഞ് കണ്ണപ്പനും കൂട്ടാളികളും വാനാന്തരത്തിലേയ്ക്ക് ഓടിയൊളിച്ചു. നൂറ്റാണ്ടുകൾക്കു ശേഷം ചേരൻ ചെങ്കുട്ടവാൻ നാടുവാഴുംകാലം സ്വപ്നദർശനത്തിലൂടെ വിഗ്രഹത്തെപ്പറ്റി അറിയുകയും എടാട്ട് നമ്പൂതിരിയെ വിളിച്ച് പ്രശ്നത്താൽ ഈ വിഗ്രഹം പരശുരാമൻ സ്ഥാപിച്ച 108 വിഗ്രഹങ്ങളിൽ ഒന്നാണെന്നും വിഷ്ണുവും ദേവിയും ഒന്നിച്ച് കുടികൊള്ളുന്ന വിഗ്രഹമാണെന്നും അറിഞ്ഞു. രാജാവിന്റെ നിർദ്ദേശം അനുസരിച്ച് ക്ഷേത്രം പണിത് പൂജാകർമ്മങ്ങൾ നടന്നുവരികയാണ്. ഈ രാജാവ്തന്നെയാണ് കുമളി മംഗളദേവി ക്ഷേത്രവും പണി കഴിപ്പിച്ചത്. (ക്ഷേത്രാചാര്യൻ വിഷ്ണുനമ്പൂതിരിയിൽ നിന്നും ഗ്രഹിച്ചത്)

തൃശൂർ വടക്കുംനാഥക്ഷേത്രം

ക്ഷത്രിയരെ കൂട്ടക്കൊല ചെയ്തതിന്റെ പ്രായശ്ചിത്തമായി മഴു വെറിഞ്ഞ് വീണ്ടെടുത്ത ഭൂമിയിൽ 108 ശിവക്ഷേത്രവും 108 ദുർഗ്ഗാ ക്ഷേത്രവും 5 ശാസ്താക്ഷേത്രങ്ങളും പണിത് കൊടുക്കാൻ തീരു മാനിച്ചിരിക്കുകയാണ്. ഞാൻ മഴുവെറിഞ്ഞ് വീണ്ടെടുത്ത ഈ ഭൂമി യിൽ അങ്ങുകൂടിവന്ന് വാണരുളേണം എന്ന് പരശുരാമൻ ശിവ നോട് അഭ്യർത്ഥിച്ചു.

ശിവൻ വിസമ്മതം പറഞ്ഞെങ്കിലും പാർവ്വതിയുടെ നിർബന്ധ ത്തിന് വഴങ്ങി സമ്മതിച്ച് ഗണപതിയും സുബ്രഹ്മണ്യനും ശിവഗ ണങ്ങളുമായി ഭാർഗ്ഗവഭൂമിയിലേയ്ക്ക് യാത്രയായി. യാത്രാമദ്ധ്യേ പരശുരാമന്റെ കണ്ണിൽ ഒരു ദിവ്യതേജസ്സ്. കണ്ടതും പ്രതിഷ്ഠയ്ക്ക് പറ്റിയ സ്ഥലം ഇതാണെന്ന് കണ്ട് പരശുരാമൻ ശിവനോട് പറഞ്ഞു അങ്ങ് ഇവിടെ കൂടിയിരുന്നാലും ഇതിനോടകം വിഷ്ണുവും സ്ഥലത്ത് എത്തി ഇത് കണ്ടു. ഭഗവാൻ ശിവൻ വിഷ്ണുവിനോട് പറഞ്ഞു. എന്റെ തെക്കുവശത്ത് കുടികൊള്ളുക എന്നുപറഞ്ഞ് ശിവൻ സ്വയം ഒരു ജ്യോതിർലിംഗമായി മാറി.

പരശുരാമന്റെ 108 ശിവക്ഷേത്രങ്ങളിൽ ഒന്നാം സ്ഥാനം ഈ ക്ഷേത്രത്തിനാണെന്ന് പ്രഖ്യാപിച്ചു. അങ്ങനെയാണ് ഈ ക്ഷേത്രം വടക്കുംനാഥക്ഷേത്രം എന്ന് അറിയപ്പെടാൻ തുടങ്ങിയത്.

ആഴ്വാഞ്ചേരി തമ്പ്രാക്കൾ

ആഴ്വാഞ്ചേരി മഠാധിപതികൾ 16-ാം നൂറ്റാണ്ടിൽ കർണ്ണാടക യിലെ ഗുഹപുരം ഗ്രാമത്തിന്റെ ഭരണാധികാരികൾ ആയിരുന്നു. പരശുരാമൻ സ്ഥാപിച്ച 64 ബ്രാഹ്മണ കുടുംബത്തിൽ ഒന്നാണിത്.

കോഴിക്കോട് സാമൂതിരി ആണ്ടുതോറും തളിക്ഷേത്രത്തിൽ നട ത്തിവന്ന രേവതി പട്ടത്താനം എന്ന പണ്ഡിതസദസ്സിൽ ചർച്ചചെ യ്യുന്നത് തത്വചിന്ത, വേദാന്തം, വ്യാകരണം ഇവകളിൽ പങ്കെടു ക്കാൻ എത്തിയവരാണ്.

ആദ്യസദസ്സിൽതന്നെ ഉദ്ദണ്ഡശാസ്ത്രികൾ പട്ടത്താനം കരസ്ഥ മാക്കി. നമ്മുടെ മേൽപ്പത്തൂരിനുപോലും ആറാംതവണയാണ് പട്ട ത്താനം ലഭിച്ചത്.

മഹാപണ്ഡിതനായ ഉദ്ദണ്ഡശാസ്ത്രികൾ ഇവിടെവിട്ട് പോകേ ണ്ടതില്ലെന്ന് പറഞ്ഞു. സാമൂതിരി ഇവർക്ക് ഭാരതപ്പുഴ ഓരത്ത് ആവ ശ്യത്തിന് സ്ഥലവും ഒരു മഠവും സ്ഥാപിച്ച് നൽകി. ആഴ്വാഞ്ചേരി തമ്പ്രാക്കൾ എന്ന സ്ഥാനപ്പേരും നൽകി.

കാലങ്ങൾ കഴിഞ്ഞു. തിരുവിതാംകൂർ രാജാവ് അനിയൻ തിരു

നാളിന് ബ്രാഹ്മണ്യം നേടാൻവേണ്ടി യാഗവും പൂജകളും നടത്താൻ ആഴ്വാഞ്ചേരി തന്ത്രികൾക്കാണ് ചുമതല നൽകിയത്.

യാഗവും പൂജാദികർമ്മങ്ങളും ശ്രീപത്മനാഭക്ഷേത്ര പരിസരത്താണ് നടന്നത്. യാഗശാലയിൽ സജ്ജീകരിച്ചിരുന്ന സ്വർണ്ണപശുവിന്റെ വായിൽക്കൂടി രാജാവ് കയറി ആസനത്തിൽക്കൂടി ഇറങ്ങി അങ്ങനെ ഹരോണ്യ്യഗർഭത്തിലൂടെ അനിയൻ തിരുനാൾ ബ്രാഹ്മണ്യം നേടി. രാജ്യം ശ്രീപത്മനാഭന് കാഴ്ച വച്ച് തുടർന്ന് ശ്രീപത്മനാഭദാസനായി രാജ്യഭരണം ആരംഭിച്ച് പിൻഗാമികൾ ഇത് തുടർന്നു.

പാക്കനാർ തമ്പ്രാക്കളെ തടഞ്ഞു

തിരുവനന്തപുരത്തുനിന്നും വരുംവഴി പാക്കനാർ തമ്പ്രാക്കളെ വഴിയിൽ തടഞ്ഞ് ചത്ത പശുവിന്റെ അവകാശികൾ ഞങ്ങളാണ് പശുവിനെ തന്നിട്ടുപോകണം എന്നായി പാക്കനാർ.

തന്ത്രികൾ പറഞ്ഞു : ഈ പശു ചത്തതല്ല

പാക്കനാർ : എങ്കിൽ നടത്തിക്കൊണ്ട് പോകുക.

തന്ത്രി വള്ളത്തിൽ നിന്നും കരയ്ക്ക് ഇറങ്ങി കുറച്ച് പുല്ല് പറിച്ച് പശുവിനെ കാണിച്ചതും പശു പുല്ലിന് പുറകെ നടന്നു. ഇതുകണ്ട പാക്കനാർ പറഞ്ഞു : എല്ലാ തമ്പ്രാക്കളും തമ്പ്രാക്കളല്ല ആഴ്വാഞ്ചേരി തമ്പ്രാക്കളാണ് തമ്പ്രാക്കൾ എന്നുപറഞ്ഞു മടങ്ങി. രാജകല്പനകൾപോലും അനുസരിക്കാത്ത ബ്രാഹ്മണർ ആഴ്വാഞ്ചേരി തമ്പ്രാക്കളെ അങ്ങനെയാണ് അനുസരിക്കാൻ തുടങ്ങിയത്.

അതേ, രേവതി പട്ടസ്ഥാനവും മാർത്താണ്ഡവർമ്മ മഹാരാജാവിന്റെ ഹാരോണ്യ ഗർഭയാഗവും നടന്നതിന് ശേഷം സമുദായത്തിലെ ആചാര്യകാര്യങ്ങളിലെ അന്തിമതീരുമാനം എടുക്കാനുള്ള അവകാശം ഇവർക്ക് സഭ അനുവദിച്ച് നൽകിയിരിക്കുകയാണ്. ഇതാണ് ആഴ്വാഞ്ചേരിക്കാരെപ്പറ്റിയുള്ള അറിവ്.

ശങ്കരാചാര്യർ

ഭാരതചരിത്രത്തിന്റെയും സംസ്കാരത്തിന്റെയും ഗതിക്ക് വ്യതിയാനം സൃഷ്ടിച്ച പ്രതിഭാധനനാണ് ശങ്കരാചാര്യർ.

കാലടി കൈപ്പള്ളി ഇല്ലത്ത് ശിവഗുരു-ആര്യാമ്മ ദമ്പതികളുടെ മകനായി ജനിച്ചു. ചെറുപ്പത്തിൽതന്നെ അപാരമായ ബുദ്ധിശക്തിയും ദിവ്യസിദ്ധികളും കാട്ടിയിരുന്നതായി പറയപ്പെടുന്നു. ഇല്ലത്തിന് അകലെക്കൂടി ഒഴുകിയിരുന്ന പൂർണ്ണിമനദി (മുല്ലപ്പെരിയാർ) ഗംഗാസ്തവത്തിലൂടെ ഇല്ലത്തിന് അടുത്തുകൂടി ഒഴുക്കിയത് രണ്ട് കാര്യങ്ങൾക്കായിരുന്നു എന്നു പറയപ്പെടുന്നു.

ഒന്ന്-മാതാവിന് സ്നാനം ചെയ്യൽ, മറ്റൊന്ന് തന്നെ സന്യാസത്തിന് അയയ്ക്കാൻ സമ്മതിക്കാതിരുന്ന മാതാവിനെ ജാലവിദ്യയിലൂടെ സമ്മതിപ്പിക്കാനുമായിരുന്നു.

എട്ടാംവയസ്സുമുതൽ ഗുരുഗോവിന്ദാചാര്യനിൽ നിന്നും സന്യാസം സ്വീകരിച്ചു. എട്ടുവർഷം.

നാട്ടിൽ നിലനിൽക്കുന്ന ജാതിചിന്തകൾ നിശ്ശേഷം ഇല്ലാതാക്കി അദ്വൈതജ്ഞാനം ഉറപ്പിക്കാൻ കാശിവിശ്വനാഥൻ ചണ്ഡാലരൂപത്തിൽ വന്ന് ശങ്കരനോട് ഉപദേശിച്ചു എന്ന് പറയപ്പെടുന്നു.

സന്യാസത്തിന് ശേഷം ശങ്കരന്റെ ആദ്യപ്രഖ്യാപനം "ജ്ഞാനമുള്ളയാൾ ബ്രാഹ്മണനാണെങ്കിലും ചണ്ഡാലനാണെങ്കിലും നാം ഗുരുവായി സ്വീകരിക്കും" (മാനിഷാപഞ്ചകം).

ഇതിനുശേഷം ഭാരതം മുഴുവൻ കാൽനടയായി സഞ്ചരിച്ച് നാടിനെ അറിഞ്ഞു.

ശങ്കരമതത്തിന്റെ മൂലതത്വം

ബ്രഹ്മം മാത്രമേ സത്യമായിട്ടുള്ളൂ, ജഗത്ത് മിഥ്യയാണ്. ജീവൻ ബ്രഹ്മത്തിൽ നിന്നും ഭിന്നമല്ല ഇതാണ് ശങ്കരമതം.

ശങ്കരൻ നാല് ശിഷ്യന്മാരെ സ്വീകരിച്ചു. പ്രഥമശിഷ്യൻ, പത്മപാദൻ, ജഗന്നാഥം, ശൃഗേരി, ദ്വാരക, ബദരി എന്നീ നാല് മഠങ്ങൾ സ്ഥാപിച്ച് ചുമതല നാല് ശിഷ്യന്മാർക്കും നൽകി. ഉച്ചനീച ബുദ്ധി പുലർത്തുന്നവരെ വാദത്തിൽ നിലപാട് തെറ്റാണെന്ന് ബോദ്ധ്യപ്പെടുത്തി. നാനാരൂപത്തിൽ പ്രകാശിക്കുന്ന സകലദൈവങ്ങളും ഒരേ ചൈതന്യത്തിന്റെ വിവിധ രൂപങ്ങളാണെന്ന് സ്ഥാപിച്ചു.

മാതൃഗൃഹം - മേൽപ്പത്തൂർ (ശങ്കരകൃതികളുമായി കടപ്പാട്)

നാറാണത്ത് ഭ്രാന്തൻ

ഇത് പട്ടാമ്പി എന്ന സ്ഥലമാണ്. ആ കാണുന്ന മലയുടെ പേരാണ് രാജ്ഗർമല. ഈ മലയുടെ അടിവാരത്തുനിന്നും വലിയ ഒരു കല്ലുരുട്ടി മുകളിൽ എത്തിച്ചിട്ട് താഴേയ്ക്ക് ഉരുട്ടിയിട്ട് കയ്യടിച്ച് ചിരിക്കലാണ് നാറാണത്തിന്റെ ദിവസവുമുള്ള തൊഴിൽ.

ഒരു ദിവസം കല്ല് താഴേയ്ക്ക് ഉരുട്ടാൻ തുടങ്ങിയപ്പോൾ ഒരു സ്ത്രീ കല്ലിൽ ചവിട്ടിയിട്ട് ഇത് അങ്ങ് നിറുത്തിക്കൂടെ എന്ന് ചോദിച്ചു. നാറാണത്ത് മഹതിയുടെ മുഖത്ത് നോക്കി ഒന്നു ചിരിച്ചിട്ട് കല്ല് ഉരുട്ടാൻ നോക്കിയപ്പോൾ മഹതി ഇല്ല പക്ഷേ അവരുടെ കാൽപ്പാദം കല്ലിൽ പതിഞ്ഞിട്ടുണ്ട്. അന്നുമുതൽ നാറാണത്ത് കല്ലുരുട്ട് നിർത്തിയതാണെന്നാണ് പറഞ്ഞ് കേൾവി.

കേരളത്തിലെ ഏക ഗരുഢക്ഷേത്രം

ഇനി നമ്മൾ കേരളത്തിലെ ഏക ഗരുഢക്ഷേത്രത്തിലേയ്ക്കാണ് പോകുന്നത്. പണ്ട് ഈ സ്ഥലത്തിന്റെ പേര് വെട്ടത്തുനാട് എന്നായിരുന്നു. ഇവിടം ഭരിച്ചിരുന്ന രാജാവിന്റെ മകന് ഒരു ഗരുഢപ്രതിമയുണ്ടായിരുന്നു. ഒരു നാൾ പെരുന്തച്ചൻ രാജാവിനെ മുഖം കാണിക്കാൻ വന്നപ്പോൾ രാജാവ് ചോദിച്ചു അങ്ങ് പന്തിരുകുലത്തിൽപ്പെട്ടയാളാണല്ലേ. ആയിരിക്കുന്ന പ്രതിമയ്ക്ക് ജീവൻ നൽകാമോ? ഒരു നിമിഷത്തിന് ശേഷം പെരുന്തച്ചൻ പറഞ്ഞു ഒരു പതിവ്രതയായ സ്ത്രീയെക്കൊണ്ട് തലോടിച്ചാൽ ജീവൻ വയ്ക്കും. ഇത് കേട്ട രാജാവ് അത് സംഭവിച്ചില്ലെങ്കിൽ ശിക്ഷ അനുഭവിക്കേണ്ടിവരും. പെരുന്തച്ചൻ അടുത്തദിവസം തന്നെ ഭാര്യയെ കൊണ്ടുവന്ന് പ്രതിമയെ തലോടിച്ച് തൽക്ഷണം ഗരുഢപ്രതിമ പറന്ന് ഉയർന്നു.

രാജാവ് പിന്നാലെ ഭടന്മാരെ അയച്ചു. ഗരുഢൻ പറന്ന് പറന്ന് വെള്ളവശ്ശേരി പ്രദേശത്തുള്ള മുല്ലപ്പള്ളി തറവാട്ട് കുളത്തിൽ കണ്ട ആമയുടെ പുറത്തുപോയിരുന്നു. വിവരം അറിഞ്ഞ രാജാവ് തറവാട് കാരണവരെ വിളിച്ചുവരുത്തി ഗരുഢക്ഷേത്രം പണിയുന്ന കാര്യം പറഞ്ഞു. താമസവിനാ അവിടെ ഉണ്ടായിരുന്നു. കൂർമ്മ പ്രതിഷ്ഠയുടെ ചാരത്തു തന്നെ ഗരുഢപ്രതിമയ്ക്കുള്ള ക്ഷേത്രവും പണിത് പെരുന്തച്ചനെക്കൊണ്ട് വിധിപ്രകാരം പ്രതിഷ്ഠയും നടത്തി.

ടിപ്പുവിന്റെ പടയോട്ടകാലത്ത് ക്ഷേത്രം തകർത്ത് കളഞ്ഞു. വീണ്ടും നാട്ടുകാരും കൂടി പണിത ക്ഷേത്രമാണിത്. ഇവിടത്തെ വിശേഷത ഈ പ്രദേശത്ത് ഒരു കുഞ്ഞൻ ചേരയെപ്പോലും കാണാനില്ല. ഗരുഢന്മാരുടെ സമ്മേളനമുണ്ടുതാനും.

തിരുമാന്ധാംകുന്ന് ഭഗവതിക്ഷേത്രം

ക്ഷേത്രചരിത്രം തന്ത്രിയിൽ നിന്നാണ് മനസ്സിലാക്കിയത്. പണ്ട് അയോദ്ധ്യ ഭരിച്ചിരുന്ന സൂര്യവംശരാജാവ് യുവനഥ്യന് 100 ഭാര്യമാരുണ്ടായിരുന്നിട്ടും ഒരു പുത്രൻപോലും ജനിച്ചില്ല. മുനിമാരുടെ ഉപദേശപ്രകാരം "ഇന്ദ്രദൈവതം" എന്ന യജ്ഞം നടത്തുന്നതിനിടയിൽ കലശലായ ദാഹം ഉണ്ടായത് കാരണം കലശത്തിലിരുന്ന ജലമെടുത്ത് കുടിച്ചു.

യജ്ഞാചാര്യൻ രാജപത്നിമാർക്ക്നൽകാൻ ജപിച്ച് വച്ചിരുന്ന ജലമായിരുന്നു അത്. ഈ ദിവ്യജലം സേവിച്ച് രാജാവ് ഗർഭം ധരിച്ചു. യഥാസമയം ഉദരത്തിന്റെ വലത് ഭാഗം ഭേദിച്ച് ഒരാൺ കുഞ്ഞ് പിറന്നു. പാലൂട്ടാൻ ബുദ്ധിമുട്ടിയപ്പോൾ ഇന്ദ്രൻ പ്രത്യക്ഷപ്പെട്ട്തന്റെ

കൈവിരലിലൂടെ കുട്ടിയുടെ വായിൽ പാൽ ചുരത്തിക്കൊടുത്തു.

ഇതോടെ കുട്ടിയുടെ പേര് മന്ധാതാവ് എന്നായി. യൗവ്വനമായപ്പോൾ ശരവിന്ദ് രാജാവിന്റെ മകൾ ബിന്ദ്മതിയെ വേളി കഴിച്ച് രണ്ട് പുത്രന്മാരുണ്ടായി. തുടർന്ന് രാജ്യഭരണം ഏറ്റെടുത്തു. രാജ്യവിസ്തൃതി വർദ്ധിപ്പിച്ച് സത്യം, ധർമ്മം കൈവിടാതെ രാജ്യഭരണം നടത്തിവന്നു. പുത്രന്മാർ യൗവ്വനയുക്തരായപ്പോൾ മൂത്ത മകൻ പുരുകന്ദനെ രാജ്യഭാരം ഏൽപ്പിച്ചു.

തുടർന്ന് പരമശിവനെ തപസ്സ് ചെയ്യാൻ തുടങ്ങി. വർഷങ്ങൾക്ക് ശേഷം തപസ്സിൽ സംപ്രീതനായ ശിവൻ പ്രത്യക്ഷപ്പെട്ട് ഇഷ്ടമുള്ള വരം ചോദിച്ചുകൊള്ളൂ. മാന്ധാതാവ് : എനിക്ക് മരണംവരെ അങ്ങയ്ക്ക് ഏറ്റവും ഇഷ്ടപ്പെട്ട ഒരു ശിവലിംഗം നൽകുമാറാകണം. കൈലാസത്തിൽ വച്ച് ഏറ്റവും ശ്രേഷ്ഠവും ശ്രീപാർവ്വതി വച്ച് പൂജിച്ച് വരുന്നതുമായ ശിവലിംഗം തപസ്സിക്ക് നൽകി മടങ്ങി.

മാന്ധാതാവ് ദിവ്യമായ ആ ശിവലിംഗം ശിരസ്സിൽ വച്ചതും താഴേക്ക് താഴേക്ക് വന്നു ഈ കുന്നിൻ ശിവലിംഗം വച്ചത് അവിടെ ഉറച്ച് അതോടെ ഈ സ്ഥലം തിരുമാന്ധാംകുന്ന് എന്ന് അറിയപ്പെടാൻ തുടങ്ങി.

ശ്രീപാർവ്വതി നീരാട്ടിനുശേഷം പൂജയ്ക്ക് എത്തിയപ്പോൾ തന്റെ പൂജാവിഗ്രഹം കാണാത്തതിൽ പരിഭ്രാന്തയായി ശിവസന്നിധിയിൽ എത്തിയതോടെ ഭക്തന്റെ ആവശ്യം നിറവേറ്റി ഇനി തിരിച്ചെടുക്കാൻ പറ്റില്ല എന്നുപറഞ്ഞു.

താൻ ജന്മങ്ങളായി പൂജിച്ചുവരുന്ന വിഗ്രഹം തനിക്ക് കിട്ടിയേ തീരൂ എന്നായി പാർവ്വതി. കൊടുത്തത് തിരികെ വാങ്ങുന്നത് ഉചിതമല്ല. പാർവ്വതിക്ക് കഴിയുമെങ്കിൽ കിട്ടാനുള്ള മാർഗ്ഗം സ്വീകരിക്കുന്നതിൽ വിരോധമില്ല.

തൽക്ഷണം പാർവ്വതി ഭദ്രകാളിയെ വിളിച്ച് കാര്യങ്ങൾ പറഞ്ഞിട്ട് ആവശ്യമുള്ള ശിവഗണങ്ങളുമായി പോയി വിഗ്രഹം തിരികെ കൊണ്ടുവരിക എന്നുപറഞ്ഞയച്ചു. ഭദ്രകാളി - വീരഭദ്രൻ, നന്ദി, മഹാകാളൻ തുടങ്ങിയവരുമായി കുന്നിന്റെ അടിവാരത്ത് എത്തിയെങ്കിലും മുകളിലോട്ട് കയറാൻ കഴിയുന്നില്ല. കാളി മഴ പെയ്തപോലെ ശരങ്ങൾ അയച്ചുനോക്കി രക്ഷയില്ല. അവിടെനിന്നും മുനിമാർ വലിച്ച് എറിയുന്ന പഴങ്ങൾ ശരങ്ങളായി വരുന്നു.

കാളി തന്റെ തനിസ്വരൂപം കാണിച്ചപ്പോൾ മുനിമാർ ബോധരഹിതരായി. കാളി നോക്കിയപ്പോൾ ശിവലിംഗത്തെ ഒരു മുനി കെട്ടിപ്പിടിച്ചുകൊണ്ടിരിക്കുന്നു.

തിരുമാന്ധാംകുന്ന്

മുനിയിൽ നിന്നും ശിവലിംഗം വീണ്ടെടുക്കാനുള്ള ശ്രമത്തിനിടയിൽ ലിംഗം രണ്ടായി പിളർന്നു. അത്ഭുതം പിളർന്ന ലിംഗത്തിൽ ത്രിമൂർത്തികൾ.

കാളിയിൽ നിന്നും കാര്യങ്ങൾ ഗ്രഹിച്ച ശ്രീപാർവ്വതി ശിവനോട് പറഞ്ഞു എനിക്ക് ആ ലിംഗത്തെ വിട്ടുപിരിയാൻ കഴിയില്ല, ഞാനും അതിൽ ലയിച്ചുചേരുകയാണ് എന്നോടൊപ്പം ശ്രീമൂലസ്ഥാനത്ത് വടക്കോട്ട് ദർശനമായി കാളിയുമുണ്ടാകും. പിളർന്ന ലിംഗം അതുപോലെ തുടരട്ടെ. ഇതാണ് ക്ഷേത്ര ഐതീഹ്യം.

ഇവിടെ നിന്നും വയനാടിനുള്ള യാത്രയിൽ, സാമൂതിരി രാജാവും, വള്ളുവനാടിന്റെ രാജാവ്, വള്ളുവക്കോനാതിരിയും തമ്മിൽ നിലപാട് തറയുടെ അവകാശ തർക്കത്തെ തുടർന്ന് വർഷങ്ങൾ നീണ്ടുനിന്ന യുദ്ധത്തിൽ വള്ളുവനാട്ടിലെ ഏറ്റവും വലിയ അംഗകളരി നടത്തിവന്ന ചന്ദ്രോത്ത് തീയ്യാ തറവാടും സാമൂതിരിയെ ഭയപ്പെടുത്തി ഓടിച്ച പതിന്നാല് വയസ്സുകാരൻ ആയ ചന്തുവിന്റേയും മറ്റും ആയിരക്കണക്കിന് ചാവേറുകളുടേയും ശവക്കുഴികളും സന്ദർശിച്ചു.

ഗുരുവായൂരപ്പന്റെ ഏറ്റവും പ്രിയപ്പെട്ട പൂന്താനഇല്ലവും, ബ്രിട്ടീഷ് ബംഗ്ലാവും ചരിത്രങ്ങളും അറിഞ്ഞ് യാത്ര തുടർന്നു.

പഴശ്ശിരാജ

1790 ൽ ടിപ്പുസുൽത്താൻ തിരുവിതാംകൂറിലേയ്ക്ക് പടയോട്ടം നടത്തിയപ്പോൾ ബ്രിട്ടീഷുകാർ ടിപ്പുവിന്റെ ശ്രീരംഗപട്ടണം പിടിച്ചെടുക്കാൻ ആരംഭിച്ചതോടെ ടിപ്പു തിരിച്ച് മൈസൂറിന് പോയി. ടിപ്പുവിനെ ഓടിച്ച് തിരുവിതാംകൂറിനെ രക്ഷിച്ചതിന് വന്ന ചിലവ് രൂപായായി തരാൻ ഇല്ലെങ്കിൽ രാജ്യത്തിന്റെ മേൽക്കോയ്മ തന്നാൽ മതിയെന്ന ബ്രിട്ടീഷുകാരുടെ അഭിപ്രായം കരാറായി 1805 ൽ ഒപ്പുവച്ചു. തുടർന്ന് ബ്രിട്ടീഷുകാർ തിരുവിതാംകൂറിന്റെ മേൽക്കോയ്മ ചുമതല കേണൽ മെക്കോളയെ ചുമതലപ്പെടുത്തി. ഇതോടെ നാട്ടിൽ പുതിയ നികുതികൾ പിരിക്കാൻ ആരംഭിച്ചു. ഇത് തന്റെ രാജ്യം അംഗീകരിക്കില്ലെന്ന് പറഞ്ഞുകൊണ്ട് പഴശ്ശിരാജാ കുറിച്യരേയും മാപ്പിളമാരേയും കൂട്ടുപിടിച്ച് ബ്രിട്ടീഷുകാർക്ക് എതിരെ യുദ്ധം ആരംഭിച്ച് താമസിയാതെ മാസം 8000 രൂപാ മാസം തന്നാൽ മതിയെന്ന തീരുമാനത്തിന്റെ അടിസ്ഥാനത്തിൽ യുദ്ധം അവസാനിച്ചു.

പഴശ്ശി അടങ്ങിയിരുന്നില്ല. വീണ്ടും കുറിച്യ തലൈവൻ ചന്തുവുമായി ആലോചിച്ച് യുദ്ധം വീണ്ടും ആരംഭിച്ച് ബ്രിട്ടീഷുകാർ പൂർവ്വാ

ധികം ശക്തിയായി നേരിട്ടും പഴശ്ശിയുടെ സേനാനായകർ നമ്പ്യാരെയും, ചന്തുവിനേയും വെടിവെച്ചുകൊന്ന് പഴശ്ശി ഗിറില്ലായുദ്ധം നടത്തിവന്നെങ്കിലും ചതിയിലൂടെ പഴശ്ശിയെ 1805 നമ്പർ 30 ന് ബ്രിട്ടീഷുകാരുടെ വെടിയേറ്റ് മരിച്ചു. പഴശ്ശിയോടുള്ള ബഹുമാനാർത്ഥം എല്ലാവിധ ബഹുമതികളോടെയാണ് പഴശ്ശിയുടെ ശവസംസ്ക്കാരം അവർ നടത്തിയത്. തുടർന്ന് കടത്തനാട്ടേയ്ക്കുള്ള യാത്രയിൽ കോഴിക്കോട് തളി ക്ഷേത്രവും രേവതി പട്ടത്താനം പണ്ഡിതസദസ്സ് സന്ദർശിച്ച് യാത്രയായി. (നേരിൽ കണ്ടനുഭവം)

ഉണ്ണിയാർച്ച

കടത്തനാട്ട് രാജ്യത്തെ പുത്തൂരം തറവാട്ടിലെ കണ്ണപ്പച്ചേകവരുടെ മകളായി 1549 ലാണ് ആർച്ചയുടെ ജനനം. ചെറുപ്പം മുതൽ കളരി അഭ്യാസമുറകളിൽ സജീവമായി. രണ്ട് സഹോദരങ്ങൾ. ആരോമൽ ചേകവർ, ഉണ്ണികണ്ണൻ ചേകവർ മാതുലപുത്രൻ ചന്തു, ആറ്റുംമണമേൽ കുഞ്ഞിരാമൻ ഇവരെ പ്രത്യേകമായി കണ്ണപ്പൻ ചേകവർ പരിശീലിപ്പിച്ചുവന്നു. അതിൽതന്നെ കരവാളിലും ഉറുമിയിലും ഉണ്ണിയാർച്ചയ്ക്ക് പ്രത്യേകം വൈദഗ്ദ്ധ്യം നൽകിയിരുന്നു.

ആർച്ചയ്ക്ക് വിവാഹപ്രായമായപ്പോൾ മുറച്ചെറുക്കൻ ചന്തുവിനെ ഉപേക്ഷിച്ച് സഹോദരൻ ആരോമലിന്റെ താൽപ്പര്യപ്രകാരം ആറ്റുമണമേൽ കുഞ്ഞിരാമനെയാണ് വിവാഹം കഴിച്ചുകൊടുത്തത്. ഇതോടെ ആർച്ച ആരോമൽ ആർച്ചയായി. ഇത് ചന്തുവും ആരോമലുമായി വൈരാഗ്യത്തിന് വഴിതുറന്നു. പല സന്ദർഭങ്ങളിലും ചന്തുവും ആരോമലുമായി ഏറ്റുമുട്ടലുകൾ ഉണ്ടായി ഒരു നാൾ ചതിയിലൂടെ മുറിവേറ്റ ആരോമലിന്റെ വയറ്റിൽ കുത്തുവിളക്ക് കൊണ്ട് കുത്തി കൊലപ്പെടുത്തി.

വർഷങ്ങൾക്ക് ശേഷം ഒരുദിവസം ഉണ്ണിആർച്ച ഭർത്താവിനോട് പറഞ്ഞു. നമുക്ക് നാദാപുരത്തെ അല്ലിമലർക്കാവിൽ കൂത്ത് കാണാൻ പോകണം. അപ്പോൾ കുഞ്ഞിരാമൻ വിലക്കി. കാരണം നാദാപുരത്തെ ജോനാത്തെരുവ് വഴി സ്ത്രീകൾക്ക് പോകാൻ കഴിയില്ല.

മാപ്പിളമാരുടെ വലിയ ശല്യമാണ്. എങ്കിൽ നമുക്ക് ആ വഴിയെ തന്നെ പോകണമെന്ന ഉണ്ണിയാർച്ചയുടെ നിർബന്ധത്തിന് വഴങ്ങി രണ്ടുപേരും കൂടി യാത്രയായി.

ജോനാത്തെരുവിൽ എത്തിയതും മാപ്പിളമാർ ചുറ്റുംകൂടി ആർച്ചയെ മൂപ്പനുവേണ്ടി കൊണ്ടുപോകുകയാണ് എന്നായി. മാപ്പിളകൂട്ടവും വാളും മറ്റ് ആയുധങ്ങളും എല്ലാംകൂടി ആരേയും ഭയപ്പെടുത്തുന്ന അന്തരീക്ഷം കണ്ട് കുഞ്ഞിരാമൻ വിറയ്ക്കാൻ തുടങ്ങി.

കുഞ്ഞിരാമനെ നോക്കി ആർച്ച : പെണ്ണായ ഞാൻ വിറയ്ക്കുന്നില്ല ആണായ നിങ്ങൾ വിറയ്ക്കുന്നതെന്ത്? പുത്തൂരംവീട്ടിലെ പെണ്ണുങ്ങളാരും ആണുങ്ങളെ കൊല്ലിച്ച് കേട്ടിട്ടുണ്ടോ?

ആയിരം വന്നാലും പിൻവാങ്ങില്ല ഞാൻ എന്നുപറഞ്ഞ് കൈവശം സൂക്ഷിച്ചിരുന്ന ഉറുമി വീശി അക്രമികളെ നേരിട്ടു. വിവരമറിഞ്ഞ മൂപ്പൻ എത്തി മാപ്പാക്കണം തൊഴുകൈയ്യോടെ അപേക്ഷിച്ച് ഇനി മേലാൽ സ്ത്രീകളെ ഉപദ്രവിക്കില്ലെന്ന് സത്യം ചെയ്യിച്ച് അതിനുശേഷം ആർച്ച പലവട്ടം ഒറ്റയ്ക്ക് പോയി നോക്കി പിന്നീടുണ്ടായില്ല.

നാളുകൾക്ക് ശേഷം ഒരുനാൾ മകൻ ആരോമൽ ഉണ്ണിയേയും സഹോദരപുത്രൻ കണ്ണപ്പനുണ്ണിയേയും വിളിച്ചുവരുത്തി എന്റെ ഒരു ജീവിത അഭിലാഷം നിങ്ങൾ നിറവേറ്റിത്തരണമെന്ന് പറഞ്ഞു.

'പറഞ്ഞാലും അമ്മേ'

'ചന്തുവിന്റെ തലയറുത്ത് എന്റെ കാൽക്കൽ വയ്ക്കണം'.

അവർ ഇരുവരും ആർച്ച പറഞ്ഞപ്രകാരം ചന്തുവിന്റെ ശിരസ്സറുത്ത് കാഴ്ചവച്ചു. സംതൃപ്തയായി 1620 ൽ 71-ാമത്തെ വയസ്സിൽ ആർച്ച മരിച്ചു.

ഇവരെപ്പറ്റി അനവധി കഥകൾ അറിഞ്ഞു. രണ്ടുദിവസം ഞങ്ങൾ കളരിയും തൃപ്പങ്കോടത്തപ്പൻ ക്ഷേത്രവും പാക്കനാർ കാവും കാവിലമ്മ ക്ഷേത്രവും വടക്കൻ അഭ്യാസങ്ങളും മനസ്സിലാക്കി ലക്ഷ്യത്തെപ്പറ്റിയും ഒക്കെ സംസാരിച്ചു. ആവശ്യമായ സഹായവും വാഗ്ദാനവും നൽകി ഞങ്ങൾ മൈസൂർക്ക് യാത്രയായി.

മൈസൂർ

പണ്ട് പുരുജോ എന്നാണ് ഇവിടം അറിയപ്പെട്ടിരുന്നത്. ചാമരജാവേഡായാർ ഇവിടം കൈവശപ്പെടുത്തി ഭരണം നടത്തിവന്നു. 4-ാമന്റെ ഭരണകാലത്ത് രാജ്യത്തിന് മഹിഷുരു എന്നുപേരു നൽകി 1565 ൽ നടന്ന തളിക്കോട്ട യുദ്ധത്തിന് ശേഷം വിജയനഗര സാമ്രാജ്യം എന്ന പേരിലറിയപ്പെടാൻ തുടങ്ങി.

നരസിംഹ വൊഡയാർ ഭരണകാലം ഇവിടം പരമാധികാര രാജ്യമാക്കി ശ്രീരംഗപട്ടണം എന്ന പേരും നൽകി. മൈസൂരിന്റെ സമീപമുണ്ടായിരുന്ന ഈ ചെറുരാജ്യം 1610 ൽ നരസിംഹരാജാ വൊഡയാർ ഒന്നാമൻ ചിക്കദേവ വൊഡയാറിന്റെ ഭരണകാലം പലവട്ടം ആഗ്ലോ-മൈസൂർ യുദ്ധം നടന്നു വന്നു. ഹൈദരാലിയുടെ മരണശേഷം ടിപ്പുവും അയാളുടെ മരണംവരെ 1799 ൽ ഇവിടം ശ്രീരംഗപട്ടണമായി തുടർന്നു.

ബ്രിട്ടീഷ് ആധിപത്യത്തിലായതോടെ ആ പഴയ വൊഡയാർ രാജവംശത്തിന് ചില അധികാരങ്ങൾ കൊടുത്ത് തുടർന്ന് രാജ്യതലസ്ഥാനം ബംഗ്ലൂരിലേയ്ക്ക് മാറ്റി.

1947 ന് ശേഷം മൈസൂർ സംസ്ഥാനം കർണ്ണാടക എന്നു പേരുവന്നു. ദക്ഷിണേന്ത്യൻ അനവധി കൊട്ടാരങ്ങളുണ്ടെങ്കിലും വൊഡയാർ രാജവംശം പണിത ഈ കൊട്ടാരംപോലെ ഒന്നും വരില്ല. മൈസൂർ വിനോദസഞ്ചാര കേന്ദ്രം, കനികളുടെ നാട്, ബുദ്ധക്ഷേത്രം തുടങ്ങി ഒട്ടനവധി വിശേഷതകളുടെ നാടാണ് കർണ്ണാടക.

തഞ്ചാവൂർ

പേരിന്റെ പിന്നിലുള്ള ചരിത്രം, ആദിദ്രാവിഡ കാലത്ത് സിന്ധു നദീ തടാകങ്ങളിൽ നിന്നും വന്നവരും ഇന്തോനേഷ്യ, ശ്രീലങ്ക, പോളിനേഷ്യൻ ദീപുകളിൽ നിന്നും വന്ന അഭയാർത്ഥികളും ഇവിടെവന്ന് തമ്പടിച്ചു. കാരണം അവർക്ക് അറിയാവുന്ന കൃഷിക്ക് പറ്റിയ സ്ഥലം കണ്ടെത്തിയതോടെ സന്തോഷത്തിലായി ഇവിടെ കൂടാൻ തീരുമാനിച്ചു.

അങ്ങനെയാണ് ഇവിടം സഞ്ചാവൂർ (അഭയാർത്ഥികളുടെ നാട്) ആയതും പിൽക്കാലം തഞ്ചാവൂർ ആയതും.

മറ്റൊരുകഥ

നഞ്ചൽ എന്ന അസുരൻ കാലങ്ങളായി ഈ നാട് നശിപ്പിച്ച് കൊണ്ടിരുന്നറിഞ്ഞു വനദൈവങ്ങളായ നന്ദവല്ലിദേവിയും, നിലമേഖ പെരുമാളും ചേർന്ന് അസുരനെ വധിച്ച് മരിക്കുംമുമ്പ് അസുരന്റെ അപേക്ഷ പരിഗണിച്ച് അവന്റെ പേരിൽ ഈ നാട് അറിയപ്പെട്ടു എന്ന് ഒരു ഐതീഹ്യമുണ്ട് : ബി.സി. 848 ൽ ഭരിച്ചുകൊണ്ടിരുന്ന പാണ്ഡ്യരാജൻ മുത്തുരാജയ്യരെ പരാജയപ്പെടുത്തി ചോളരാജൻ, വിജയലായൻ ചോളരാജ്യം സ്ഥാപിച്ച് എ.ഡി. 985 രാജാധിരാജ ചോളനാണ് ഈ കാണുന്ന 14 നിലയുള്ള ബൃഹദേശ്വരം ക്ഷേത്രം പണിയിപ്പിച്ചത്.

അക്കാലം മുതൽ വിദേശ വ്യാപാരവും കാർഷിക ഉൽപ്പന്നങ്ങളിലൂടെ രാജ്യം സമർത്ഥമായി ഇപ്പോഴും തമിഴകത്തിന്റെ അന്നപാത്രം എന്നാൽ തഞ്ചാവൂർ എന്നറിയപ്പെടുക. വലിയ തുറമുഖം സാഹിത്യത്തിലും കലയിലും സമ്പന്നർ. 16-ാം നൂറ്റാണ്ടിൽ സരസ്വതി മഹൽ എന്ന ഗ്രന്ഥശാല സ്ഥാപിച്ച നാട്, ചിലപ്പതികാരത്തിലെ കോവിലൻ, കർണ്ണകി ജനിച്ചനാട് തുടങ്ങിയ അനേകം സവിശേഷതകൾ ഉറങ്ങുന്ന നാട്.

മധുരമീനാക്ഷി ക്ഷേത്രം

മധുര പട്ടണത്തിന് 3000 ത്തിലധികം വർഷത്തോളം പഴക്കമുള്ളതായി സംഘകാലകൃതികളിൽ പറയുന്നു. സംഘകാല തലസ്ഥാനവും മധുരയായിരുന്നു.

ക്ഷേത്രചരിത്രം പരിശോധിച്ചതിൽ രാജാവ് മളവ്യജനും ഭാര്യ കാഞ്ചനമാലയും കുട്ടികൾ ഇല്ലാതെ വിഷമിച്ചപ്പോൾ മുനിമാരുടെ ഉപദേശപ്രകാരം പുത്രകാമേഷ്ടി യാഗം നടത്തി. യാഗാഗ്നിയിൽ നിന്നും ഉയർന്ന പെൺകുഞ്ഞ് പച്ചനിറവും മാൻപേട കണ്ണും മൂന്നുസ്തനവുമുള്ള കുട്ടിയായിരുന്നു.

പ്രസവ സമയത്തുണ്ടായ അശരീരിയിൽ ഇവൾ ഭാവിവരനെ കണ്ടുമുട്ടുമ്പോൾ സ്തനത്തിൽ ഒന്ന് മാഞ്ഞുപോകും. വിദ്യയും കലകളും നന്നായി അഭ്യസിപ്പിക്കുക. നാട്ടിലാകെ പ്രജകൾ ആർത്തുല്ലസിച്ചു. അശരീരി പ്രകാരം മകളെ 64 ശാസ്ത്രങ്ങളും ആയുധാഭ്യാസങ്ങളും പരിശീലിപ്പിച്ച് മീനാക്ഷി ക്ഷേത്രസന്ദർശനവേളയിൽ കൈലാസത്തിൽ വച്ച് ശിവനെ ദർശിച്ചതും 3-ാം സ്തനം മാഞ്ഞുപോയി. ഇത് തന്നെ തന്റെ ഭാവി വരൻ എന്ന് തീരുമാനിച്ച് ഭഗവാനെ എന്റെ ജനനസമയത്തുണ്ടായ സംഭവമറിയാൻ എന്നോടൊപ്പം മധുരയിലേയ്ക്ക് വരണം എന്ന് മീനാക്ഷിയുടെ നിർബന്ധത്തിന് വഴങ്ങി ശിവൻ മീനാക്ഷിയ്ക്കൊപ്പം മധുരയിൽ എത്തി. മഹാദേവന്റെ വരവ് മുനിമാർ പൂർണ്ണകുംഭവുമായി സ്വീകരിച്ചു. ആയതിൽ നിന്നും പരമേശ്വരൻ എല്ലാം ഗ്രഹിച്ചു.

മാതാപിതാക്കളും ഒപ്പമുള്ള സന്യാസിമാരും മറ്റുമായി വേളി തീരുമാനിച്ചു. മഹാവിഷ്ണു സഹോദരസ്ഥാനത്തുനിന്നും മീനാക്ഷിയുടേയും സുന്ദരേശന്റേയും വിവാഹം ദേവീ-ദേവന്മാരും മുനിമാരും പ്രജകളും ആഘോഷപൂർവ്വം കൊണ്ടാടി. ദീർഘകാലം ഇവർ മധുരരാജ്യം ഭരിച്ചു എന്നാണ് ഐതീഹ്യം.

സമ്പൽസമൃദ്ധിയോട് പാർത്തുവന്ന ഇവർക്ക് പട്ടണത്തിന്റെ മദ്ധ്യത്തെ ക്ഷേത്രത്തിന്റെ ചൈതന്യം മീനാക്ഷി സുന്ദരേശനായി മാറി.

1210-ാമാണ്ട് മധുരം ഭരിച്ച രാജാചടയവർമ്മനാണ് ക്ഷേത്രം ഇന്നത്തെ രീതിയിൽ പണിയാൻ തീരുമാനിച്ച് കിഴക്കേ ഗോപുരത്തിന്റെ പണിയും ആരംഭിച്ചു. തുടർന്നുവന്ന രാജാക്കന്മാർ 14 ഏക്കറിലായി ക്ഷേത്രം പൂർത്തിയാക്കി. തെക്കേഗോപുരമാണ് ഏറ്റവും ഉയരം കൂടിയത് 170 അടി.

1310-മാലിക് ഗഫൂർ പട്ടണം ആക്രമിച്ചപ്പോൾ ക്ഷേത്രത്തിന് കേടുപാടുകൾ വരുത്തി തുടർന്ന് ഭരണത്തിൽ വന്ന തിരുമലൈ

നായ്ക്കനാണ് ക്ഷേത്രത്തിന്റെ അറ്റകുറ്റപണി നടത്തിയത്. ക്ഷേത്രത്തിൽ 12 ഗോപുരങ്ങളും 4500 തൂണുകളുമുണ്ട്. ലോകത്തിലെ പ്രധാനപ്പെട്ടതിൽ ഒന്ന്. 1569 ൽ പണിത ആയിരംകാൽ മണ്ഡപം മറ്റൊരു അത്ഭുതമാണ്.

തുടർന്ന് കന്യാകുമാരിക്കുള്ള യാത്രയിൽ അന്നത്തെ തിരുവിതാംകൂറിന്റെ ഭാഗമായിരുന്ന തിരുനൽവേലി വഴി 1525 തിരുവിതാംകൂറിന്റെ അന്നത്തെ രാജാവ് വീരഉദയ മാർത്താണ്ഡവർമ്മ പണികഴിപ്പിച്ച വീരപുലിമല അണക്കെട്ട് കണ്ട് ഇവിടെനിന്നാണ് കന്യാകുമാരിക്കുള്ള യാത്ര.

കന്യാകുമാരി ക്ഷേത്രചരിത്രം

ബാണാസുരൻ എന്ന അസുരൻ ബ്രഹ്മാവിൽ നിന്നും താൻ ഒരു പെൺകുട്ടിയുടെ കരങ്ങളാൽ മാത്രമേ മരിക്കാവൂ എന്ന വരം കരസ്ഥമാക്കി.

അഹങ്കാരിയായ ബാണാസുരൻ ദേവന്മാരെ കീഴടക്കി ഭരണം ഉറപ്പിച്ചു. ദുഃഖിതരായ ദേവന്മാർ ഭൂമിദേവിയോട് സങ്കടം പറഞ്ഞു. ഭൂമിദേവി ദേവന്മാരോടൊത്ത് ബ്രഹ്മാവിനെ കണ്ടപ്പോൾ ഇതിന് പരിഹാരം പരാശക്തിക്കേ കഴിയൂ. നിങ്ങൾ വേദയാഗം നടത്തി നോക്ക് എന്ന് പറഞ്ഞയച്ചു.

ബ്രഹ്മാവിന്റെ നിർദ്ദേശപ്രകാരം ദേവയാഗം ആരംഭിച്ച് ഒൻപതാംദിവസം യാഗാഗ്നിയിൽ നിന്ന് ഒരു കന്യക പ്രത്യക്ഷപ്പെട്ട് പറഞ്ഞു. ബാണാസുരനെ വധിക്കാൻ സമയമായില്ല അൽപ്പംകൂടി ക്ഷമിക്ക്. ഞാൻ മൂന്ന് സമുദ്രങ്ങൾ -എവിടെ സംഗമിക്കുന്നുവോ അവിടെ ഞാനുണ്ടാകും എന്ന് പറഞ്ഞു.

അറേബ്യൻകടലും, ബംഗാൾ ഉൾക്കടലും, ഇന്ത്യാസമുദ്രവും കൂടി സംഗമിക്കുന്ന ഈ സ്ഥലത്ത് വന്ന് കന്യക തപസാരംഭിച്ചു. വർഷങ്ങൾക്ക് ശേഷം ശിവൻ ആ വഴി വരുമ്പോൾ തന്റെ പ്രീതിയ്ക്ക് വേണ്ടി തപസ്സ് ചെയ്യുന്ന കുമാരിക്ക് എന്ത് വരമാണ് വേണ്ടത് എന്ന് ചോദിച്ചു കുമാരി പറഞ്ഞു എനിക്ക് അങ്ങയെ പതിയായി ലഭിക്കണം. ഇത് കേട്ട് ശിവൻ പറഞ്ഞു. ഞാൻ ഇന്ന് അർദ്ധരാത്രി വരെ ഇവിടെയുണ്ടാകും. എങ്കിൽ അർദ്ധരാത്രിതന്നെ വേളിയാകാം എന്ന് ഇരുവരും സമ്മതിച്ചു.

വേളിയ്ക്കുള്ള എല്ലാ ഒരുക്കങ്ങളും കുമാരി തന്നെ സജ്ജീകരിച്ചു. വിവരമറിഞ്ഞ നാരദൻ ബാണാസുരവധം നടക്കണം എന്നതുകൊണ്ട് നിമിഷങ്ങൾക്കകം സ്ഥലത്തെത്തി കുമാരിയോട് പറഞ്ഞു. ശിവവേഷധാരിയായി വന്നത് ബാണാസുരനാണ്. മറുചോദ്യ

ങ്ങൾക്ക് മുമ്പുതന്നെ നാരദൻ പറഞ്ഞു. കണ്ണില്ലാത്ത ഒരു തേങ്ങ, കുറ്റിസന്ധികളില്ലാത്ത കരിമ്പ്, ഞരമ്പുകൾ ഇല്ലാത്ത വെറ്റിലയും കൊണ്ടുവന്നാലെ വേളി നടക്കൂ എന്ന് പറയുക. ഈ വിവരം അപ്പോൾ തന്നെ കുമാരി ശിവനോട് പറഞ്ഞു നിമിഷങ്ങൾക്കകം അവ മൂന്നും കുമാരിയെ ഏൽപ്പിച്ചു. ഇതറിഞ്ഞ നാരദൻ വിവാഹം നടന്നാൽ ഉണ്ടാകുന്ന ഭവിഷത്ത് മനസ്സിലാക്കി ഒരു പൂവൻകോഴി യുടെ രൂപം പൂണ്ട് സമയം തെറ്റിച്ച് കോഴി കൂവി. കോഴിയുടെ കൂവൽ കേട്ടതോടെ വേളി സമയം തെറ്റി എന്നുകരുതി ശിവനും പരിവാര ങ്ങളും തിരിച്ചുപോയി.

ശിവൻ വേളിയ്ക്ക് എത്താതെ തന്നെ ആക്ഷേപിച്ചതിൽ ക്ഷുഭി തയായ കുമാരി ഒരുക്കിവച്ചിരുന്ന ഭക്ഷണസാമഗ്രികൾ എല്ലാംകൂടി വാരി കടലിലേയ്ക്ക് എറിഞ്ഞു. ഇതാണ് ക്ഷേത്രപരിസരത്തും വെള്ളത്തിലുമുള്ള മണലുകൾ പലനിറത്തിൽ കാണുന്നത്.

വിവരങ്ങൾ ഗ്രഹിച്ച ബാണാസുരൻ കുമാരിയോട് വിവാഹ അഭ്യർത്ഥന നടത്തി നിരസിച്ചപ്പോൾ കടന്നാക്രമിച്ചു ക്രോധ ത്തോടെ കുമാരി ബാണാസുരനെ വധിച്ചു. മരിക്കുംമുമ്പ് തന്റെ പ്രവർത്തിയിൽ പശ്ചാത്തപിച്ച് ശാപമോക്ഷത്തിന് അപേക്ഷിച്ച പ്പോൾ കടലുകളുടെ സംഗമഭാഗത്ത് മുങ്ങിക്കുളിച്ച് മടങ്ങാൻ പറ ഞ്ഞു. അതുകൊണ്ടാണ് ശാപമോക്ഷത്തിനായി ജനങ്ങൾ ഇവിടെ വന്ന് കുളിക്കുന്നത് എന്നാണ് ഐതിഹ്യം.

പണിക്കർ : ഒരു മൂക്കുകുത്തിയുടെ കഥയുണ്ടല്ലോ.

അത് പിൽക്കാലത്ത് ഇവിടെ ക്ഷേത്രം പണിതപ്പോൾ പ്രതി ഷ്ഠിച്ച ദേവിയുടെ മൂക്കുകുത്തിയിലുണ്ടായിരുന്ന ശോഭയാർന്ന ക ല്ലിന്റെ തെളിച്ചം കണ്ട് വിളക്ക് മാടമാണെന്ന് കരുതി നാവികൻ പട ക്കപ്പൽ ഓടിച്ചുവന്ന് ക്ഷേത്രത്തിന്റെ തെക്കുവശത്ത് പാറയിൽ ഇടിച്ച് തകർന്നു. അതിനുശേഷം ക്ഷേത്രത്തിന്റെ കിഴക്കേനട വർഷ ത്തിൽ 5 ദിവസം മാത്രമേ തുറക്കൂ. ഇതിനുശേഷമാണ് ഇവിടം കന്യാകുമാരി എന്നറിയപ്പെടുന്നത്. (ക്ഷേത്രതന്ത്രിയിൽ നിന്നും ലഭിച്ചത്)

തുടർന്ന് തിരുവനന്തപുരത്തേക്കുള്ള യാത്രയിൽ കൽകുളം 108 കളരി ഗുരുക്കന്മാരുടെ മേധാവിയും ശത്രുക്കളിൽ നിന്നും അനി യൻ മാർത്താണ്ഡവർമ്മയെ രക്ഷിച്ച് ശക്തനായ രാജാവാക്കി മാറ്റു ന്നതിൽ മുഖ്യപങ്ക് വഹിച്ച അനന്തപത്മനാഭൻ നാടാരുടെ രക്ത സാക്ഷി മണ്ഡപവും 1825 മുതൽ നാടാർ-ചാന്നാർ സ്ത്രീകൾക്ക് റൗക്ക ഇടാൻ (മാറ് മറയ്ക്കൽ) അനുവാദം വേണമെന്ന് ആവശ്യമു ന്നയിച്ചു നടത്തിയ സമരങ്ങളുടെ നായകത്വം വഹിച്ച വൈകുണ്ഡം

സ്വാമികളുടെയും അയ്യാവ് ഗുരുക്കളുടെയും ആ സമരത്തിനിടയിൽ പോലീസ് ആക്രമത്തിൽ രക്തസാക്ഷിത്വം വരിച്ച ശകുന്തളദേവിയുടെയും ശവകുടീരവും സന്ദർശിച്ച് നെയ്യാറ്റിൻകര എത്തി മാർത്താണ്ഡവർമ്മയെ രക്ഷിച്ച അമ്മച്ചിപ്ലാവും കണ്ട് മറ്റ് ചരിത്രകഥകളും അറിഞ്ഞാണ് തിരു-ആനന്ദപുരത്ത് എത്തിയത്.

അനന്തൻകാട്

ഇന്നത്തെ തിരുവനന്തപുരം പണ്ട് അനന്തൻ എന്ന ഒരു സർപ്പം പാർത്ത് വന്ന സ്ഥലമായിരുന്നു അയ് രാജവംശതലവനായിരുന്ന ആണ്ടിയൻ എന്ന രാജാവ് ഇവിടെ ഒരു ക്ഷേത്രം പണിയാൻ തീരുമാനിച്ചു. മുനിമാരുടെ നിർദ്ദേശമനുസരിച്ച് പ്രതിഷ്ഠ അനന്തശയമായിരിക്കണം എന്നു തീരുമാനിച്ചതോടെ സർപ്പം വാസസ്ഥാനം മാറ്റിയതായി പറയപ്പെടുന്നു. ഇതിന്ശേഷമാണ് ഈ സ്ഥലം തിരു-അനന്തപുരം എന്ന പേരിൽ അറിയപ്പെട്ട് തുടങ്ങിയത്.

പിൽക്കാലം മാർത്താണ്ഡവർമ്മ മുഖ്യ ശത്രുക്കളെ പരാജയപ്പെടുത്തിയ ശേഷം രാജ്യം അനന്തപത്മനാഭന്റെ കാൽക്കൽ അടിയറ വച്ചു. തുടർന്ന് ശ്രീപത്മനാഭന്റെ നിർദ്ദേശപ്രകാരം പത്മനാഭ ദാസന്മാരായിട്ടാണ് ഭരണം ആരംഭിച്ചത്.

കൊല്ലം

തിരുവനന്തപുരത്തിനും കൊല്ലത്തിനും ഇടയ്ക്കുള്ള ഒരു ചെറു രാജ്യമായിരുന്നു വേണാട്. വേണാടിന്റെ ആദ്യഭരണാധികാരി അയ്യനടികൾ തിരുവടികൾ ആയിരുന്നു. ഇദ്ദേഹമാണ് തരിസാപ്പള്ളി ശാസനപ്രകാരം ക്രിസ്ത്യാനികൾക്ക് സവർണ്ണഹിന്ദുക്കളുടെ എല്ലാം അധികാരവും നൽകി. തുടർന്ന് ഭരണത്തിൽ വന്ന ശ്രീ വല്ലൻ കോതയാണ് ചെങ്ങന്നൂർ ക്ഷേത്രത്തിന് സ്ഥലം നൽകിയത്.

11-ാം നൂറ്റാണ്ട് മുതൽ ചോളന്മാർ ചേരനാടിനെ ആക്രമിച്ച് വന്നു. 1096 ൽ കുലോന്തും ചോളൻ കൊല്ലം പ്രദേശം ആക്രമിച്ച് പിടിച്ചെടുത്തു. ഒളിവിൽ തക്കം പാർത്തിരുന്ന ചേരരാജാ കുലചേകരൻ ഒളിപോർയുദ്ധത്തിലൂടെ ചോളന്മാരെ നാടുകടത്തി. പിന്നീട് എ.ഡി. 1102-1124 വരെ ഭരിച്ച് വന്നത് കോതവർമ്മയും പുത്രന്മാരുമാണ്. രാജ്യം വിസ്തൃതിയാക്കി തുടങ്ങി. പുത്രന്മാർ കേരളവർമ്മ, രവിവർമ്മ, ആദിത്യവ്ർമ്മ, മാർത്താണ്ഡവർമ്മയുമായിരുന്നു.

1125 ൽ അധികാരത്തിൽ വന്ന വീരകേരളവർമ്മ ശ്രീപത്മനാഭ ക്ഷേത്രം പുതുക്കിപണിതു. തുടർന്ന് രവിവർമ്മ കുലശേഖരൻ ദുർബലരായിരുന്ന പാണ്ഡിരാജാക്കന്മാരെ എല്ലാം പരാജയപ്പെടുത്തി അവരുടെ തലസ്ഥാനമായ മധുരയിൽവച്ച് കിരീടധാരണം

നടത്തി ദക്ഷിണേന്ത്യയുടെ ചക്രവർത്തിയായി. അങ്ങനെയാണ് ഇവിടെ വിജയനഗരസാമ്രാജ്യം എന്ന പേരിൽ അറിയപ്പെട്ടത്.

ഈ കാലഘട്ടത്തിൽ കൊല്ലം എല്ലാ രീതിയിലും ഒരു ഒന്നാം കിട പട്ടണമാക്കി മാറ്റി. വാണിജ്യം സജീവമാക്കി. പുതിയ കൊല്ല വർഷം ആരംഭിച്ചു അങ്ങനെ പലതും. ഇതോടെയാണ് കൊല്ലം കണ്ടവനും ഇല്ലം വേണ്ടെന്ന് ചൊല്ലുണ്ടായത്.

കേരളത്തിലെ പുലയരാജവംശം

സംഘകാലത്ത് വയനാട് തലസ്ഥാനമായ ഏഴിമലരാജ്യം ഭരിച്ചിരുന്ന നന്ദൻ എന്ന പുലയ രാജവംശമായിരുന്നു. ഇവരോട് നാർമുടി ചേരലാദന്റെ നിരന്തര ആക്രമണത്തിൽ നന്ദന്റെ മരണവും തുടർന്ന് ചേരരാജാവ് മന്നൻ നന്ദന്റെ മകൻ ഉദയനെയും യുദ്ധത്തിൽ പരാജയപ്പെടുത്തി രാജ്യം പിടിച്ചെടുത്തു.

പുലയവംശ പിൻഗാമികളായ വള്ളുവനാട് ഭരിച്ചിരുന്ന അയ്യൻ കോതൻ എന്ന പുലയരാജാവിന് ഒതയൻ എന്ന ഒരു മകനും രണ്ട് സഹോദരിമാരും കണ്ണമാല ഭരിച്ചിരുന്ന രാജ്യം പിൽക്കാലം കണ്ണമൂല എന്നറിയപ്പെട്ടു. രണ്ടാമത്തെ സഹോദരി കോതറാണി കൊക്കോതമംഗലം (നെടുമങ്ങാട്) എന്ന ദേശം ഭരിച്ചിരുന്നു. തലസ്ഥാനം കൊറ്റമലക്കോട്ടയായിരുന്നു. സഹോദരൻ കോതൻ വേളി പ്രദേശമടങ്ങുന്ന പുലയനാർ കോട്ട തലസ്ഥാനമാക്കി ഭരിച്ചുവന്നു.

കോതറാണിയുടെ മകൾ ആതിരയെ ആറ്റിങ്ങൽ രാജാവിന് കൊട്ടാരദാസിയായി ആവശ്യപ്പെടുകയും ഇതിനെതുടർന്ന് പലവട്ടം ഇരുരാജ്യങ്ങളും തമ്മിൽ യുദ്ധം നടന്നുവന്നു. അവസാനം ആറ്റിങ്ങൽ രാജാവ് നാട്ടുപ്രമാണിമാരുടെയും മറ്റും സഹായത്തോടെ ചെയ്ത യുദ്ധത്തിൽ കോതറാണിയേയും സഹോദരൻ പുലയനാർ കോട്ട രാജാവിനേയും പരാജയപ്പെടുത്തി. അമ്മയുടെ മരണമറിഞ്ഞ് മകൾ ആതിര പുലയനാർ കോട്ടയിലെ കിണറ്റിൽ ചാടി ആത്മഹത്യ ചെയ്തു. പുലയപട ആറ്റിങ്ങൽ കൊട്ടാരം അഗ്നിക്കിരയാക്കി.

ഇതോടെ 450 വർഷം മുമ്പുവരെ ഈ നാടിന്റെ പല ദേശങ്ങളും ഭരിച്ചുവന്ന പുലയരാജവംശം ഇല്ലാതായി.

ഓച്ചിറ ക്ഷേത്രചരിത്രം

വേലുത്തമ്പി ദളവയായിരുന്ന കാലത്ത് ഇവിടെ ക്ഷേത്രം പണിയാൻ ആലോചിച്ചു. ദേവപ്രശ്നം വച്ചപ്പോൾ ഇവിടെ ക്ഷേത്രത്തോട് ഭഗവാനും താൽപ്പര്യമില്ലെന്ന് നിലവിൽ ഉള്ളതുപോലെ എല്ലാവർക്കും വരുവാനും സായൂജ്യമടയാനും ഇത്രയും നല്ല സൗകര്യം മറ്റെങ്ങും ലഭിക്കില്ലെന്നുമാണ് തെളിഞ്ഞത്.

എന്നാൽ ആൽത്തറയ്ക്ക് ചുറ്റുമതിൽ കെട്ടി ബലപ്പെടുത്താൻ തീരുമാനിച്ചു അങ്ങനെ ആലിനുചുറ്റും തറകെട്ടി. ഈ ആൽത്തറ യിൽ പരബ്രഹ്മ ചൈതന്യം കുടികൊള്ളുന്നു എന്നാണ് സങ്കല്പം.

ഇവിടവുമായി അനവധി കഥകളുണ്ട്. പണ്ട് വെളിയിൽ ചുമടുതാങ്ങിയും ആൽത്തറയുമുണ്ടായിരുന്നു. വഴിപോക്കർ രാത്രി ഭക്ഷണം കഴിക്കാതെ കിടന്നാൽ ഒരു വല്യച്ഛൻ വന്ന് കാണിച്ചുത രുന്ന വീട്ടിൽചെന്നാൽ ഭക്ഷണം കിട്ടുമെന്നുള്ളത് ഉറപ്പാണ്. ഒരു നാൾ ഇങ്ങനെ ഒരാൾ ചെന്നപ്പോൾ ഭക്ഷണം കിട്ടാതെ വരുകയും തിരിച്ചുവന്നപ്പോൾ വല്യച്ചൻ ഒരു ആലിന്റെ ഇല കൊടുത്തിട്ട് ഇതിൽക്കൂടി നോക്കുമ്പോൾ മനുഷ്യനായികാണുന്ന ആളിനോട് ചോദിക്കാൻ പറഞ്ഞയച്ചു.

ഇലയിൽക്കൂടി നോക്കിയപ്പോൾ കൂടുതലും പല രീതിയിലുള്ള മൃഗങ്ങളും മനുഷ്യരുമായിരുന്നു. പറഞ്ഞയച്ചതുപോലെ മനുഷ്യ നോട് ചോദിച്ചു ഭക്ഷണവും കിട്ടി എന്ന കഥയുണ്ട്.

മറ്റൊരുകഥ

ആയാവൂർമനയിലെ തമ്പുരാക്കൾ ഇവിടം സന്ദർശിക്കുമ്പോൾ വാല്യക്കാരൻ ചാത്തനേയും കൊണ്ടുവരിക പതിവായിരുന്നു. ഒരു ദിവസം ചാത്തൻ തമ്പുരാനോട് ചോദിച്ചു. ഈ പരബ്രഹ്മം എങ്ങനെ ഇരിക്കും? തമ്പുരാൻ പറഞ്ഞു: പോത്തിനെപ്പോലിരിക്കും.

ചാത്തൻ 41 ദിവസം ബ്രഹ്മാവിനെ ധ്യാനിച്ച് 41-ാം ദിവസം ബ്രഹ്മാവ് പോത്തിന്റെ രൂപത്തിൽ ചാത്തന്റെ മുമ്പിൽ പ്രത്യക്ഷ പ്പെട്ടു എന്നൊരുകഥ ഉൾപ്പെടെ അനവധി കഥകളുണ്ട്.

യാത്രയിൽ കിട്ടിയ അറിവുകൾ

യാത്ര കഴിഞ്ഞ് എത്തിയത് അറിഞ്ഞ് കരപ്രമാണിമാരും മറ്റും കല്ലശ്ശേരിയിൽ എത്തി ക്ഷേത്രകാര്യങ്ങളും യാത്രാവിശേഷങ്ങളും അന്വേഷിച്ചു. ാത്രാനുഭവങ്ങളും ക്ഷേത്രനിർമ്മാണത്തെപ്പറ്റി പണ്ഡി തന്മാരിൽ നിന്നും കിട്ടിയ അറിവുകളും വേലായുധപണിക്കർ ചുരു ക്കമായി വിശദീകരിച്ചു.

ക്ഷേത്രനിർമ്മാണം ആരംഭിക്കുംമുമ്പ് ആത്മീയശാസ്ത്രം, തന്ത്ര ശാസ്ത്രം, മന്ത്രശാസ്ത്രം, തച്ചുശാസ്ത്രം, ഗണിതശാസ്ത്രം, ജ്യോതിശാസ്ത്രം, യോഗശാസ്ത്രം, വാസ്തുവിദ്യ എന്നിവ സമ ന്വയിപ്പിച്ചാണ് ക്ഷേത്രം രൂപകല്പന ചെയ്യേണ്ടത്.

ക്ഷേത്രം പ്രപഞ്ചത്തിലുള്ള എല്ലാ വസ്തുക്കളും പഞ്ചഭൂതങ്ങ ളാൽ നിർമ്മിതമാക്കുന്നു. പ്രപഞ്ചത്തിന്റെയും മനുഷ്യശരീരത്തി ന്റെയും മാതൃകയിലാണ് ക്ഷേത്രം നിർമ്മിക്കേണ്ടത്.

"ഇദം ശരീരം കൗന്തേയ, ക്ഷേത്രമാതൃഭി ധീയതേ"

ഈ ദേഹം ക്ഷേത്രവും ആത്മാവ് ഈശ്വരനുമാണെന്നറിയുക (ഗീതയോട് കടപ്പാട്)

ദേവന്റെ ശിരസ്സാണ് ശ്രീകോവിൽ. ശ്രീകോവിൽ ഷഢാധാര വിധി പ്രകാരം ദേവവിഗ്രഹം പ്രതിഷ്ഠിക്കണം.

മന്ത്രസാധനയാൽ നേടിയ ഈശ്വരചൈതന്യത്തിന്റെ ഒരംശം ദേവബിംബത്തിൽ നിക്ഷേപിക്കണം. ഇതോടെ ബിംബത്തിന് ചൈതന്യം കൈവരും. തുടർന്നുള്ള നിത്യപൂജയാലും ഉത്സവാദി ക്രിയകളാലും ഈ ചൈതന്യത്തെ പരിപോഷിപ്പിക്കുക.

ഒരു ഭക്തൻ ഭക്തിനിർഭരമായ മനസ്സോടെ ദേവനെ പ്രാർത്ഥിക്കുന്ന അവസരത്തിൽ ക്ഷേത്രശരീരത്തിലെ മന്ത്രസ്പന്ദനങ്ങളും ഭക്തന്റെ ഹൃദയത്തിലെ സ്പന്ദനങ്ങളും തമ്മിൽ താദാത്മ്യം പ്രാപിക്കുന്നു. ഇതോടെ ഭക്തന്റെ ആഗ്രഹം സഫലമാകുന്നു. ഇതിനെയാണ് ഈശ്വരാനുഗ്രഹം എന്നുപറയുന്നത്.

തിരുമാന്ധാംകുന്ന് ക്ഷേത്രതന്ത്രിയിൽ നിന്നും. മറ്റ് ചില പണ്ഡിതന്മാരിൽ നിന്നും ലഭിച്ച നിർദ്ദേശങ്ങളിൽ ചില ഭാഗം ഇതാണ്.

മറ്റ് പ്രധാനപ്പെട്ട ഒരു അനുഭവം വയനാട് മുതൽ മൈസൂർ വരെയുള്ള ഘോരവനവും ഭക്ഷണം കിട്ടാതെയുള്ള യാത്രയിൽ ഞങ്ങൾ എല്ലാവരും ക്ഷീണിച്ചു. ഒരു ആൽചുവട്ടിൽ വിശ്രമിക്കുമ്പോൾ ഒരു വേടനും വേടത്തിയും ചാരത്തുവന്ന് ഞങ്ങളോട് കാര്യങ്ങൾ ചോദിച്ചിട്ട് വിഷമത്തോടെ കയ്യിലുണ്ടായിരുന്ന തേനും, മരത്തൊലിയിൽ പൊതിഞ്ഞ കുറച്ച് പച്ചിലയും തന്നിട്ട് പറഞ്ഞു. കുതിരകൾക്ക് ദിവസവും മൂന്ന് ഇല വീതവും നിങ്ങൾ മൂവരും ദിവസം രണ്ട് ഇല പിഴിഞ്ഞ് ചാറ് കുടിച്ച് യാത്ര ചെയ്ത്കൊള്ളുക, യാത്രയിൽ ഈ നടപ്പാത തെറ്റരുത് എന്ന് പറഞ്ഞ് നടന്ന് മറഞ്ഞു.

ഇത് കേട്ടപ്പോൾ ചെറുപ്പത്തിൽ മുത്തശ്ശി പറഞ്ഞ വിശ്വാമിത്രൻ ശ്രീരാമലക്ഷ്മണന്മാരുമായി സിദ്ധാശ്രമത്തിലേക്ക് പോകുംവഴി വിശപ്പും ക്ഷീണവും ഇല്ലാതിരിക്കാൻ പറഞ്ഞുകൊടുത്ത ബാല-അതിബാല എന്ന സിദ്ധമന്ത്രത്തിന്റെ കാര്യം ഓർമ്മ വന്നു.

ഏതായാലും വേടനും വേടത്തിയും തന്ന തേനും പച്ചിലയും ഭക്ഷിച്ച് ക്ഷീണമില്ലാതെ ഞങ്ങൾ മൈസൂരിൽ എത്തി. എന്റെ ബ്രാഹ്മണവേഷവും ചന്തുവിന്റെയും മുത്തുവിന്റെയും അനുചരവേഷങ്ങളും ഉചിതമായിരുന്നു എന്ന് അനുഭവങ്ങൾ തെളിയിച്ചു.

ക്ഷേത്രപണികൾക്കും മറ്റ് പ്രവർത്തനങ്ങൾക്കും ഞങ്ങളുടെ സഹകരണം ഉണ്ടാകും എന്ന് പറഞ്ഞു ഉച്ചഭക്ഷണത്തിന് ശേഷം എല്ലാവരും മടങ്ങി.

ആറാട്ടുപുഴ വേലായുധപണിക്കർ തുടങ്ങിയ പ്രധാന സമരങ്ങൾ

1. മാറുമറയ്ക്കൽ സമരം

വേലായുധ പണിക്കരുടെ പ്രക്ഷോഭ തുടക്കം അവർണ്ണ സ്ത്രീകളുടെ മാറ് മറയ്ക്കാൻ വേണ്ടിയുള്ള സമരമായിരുന്നു.

ക്ഷേത്രനിർമ്മാണ പഠനയാത്രയിൽ 108 കളരി സംഘത്തിന്റെ അധിപനും, വേണാടെന്ന ചെറുരാജ്യത്തെ തിരുവിതാംകൂർ എന്ന ശക്തമായ രാജ്യമാക്കിയ മാർത്താണ്ഡവർമ്മ മഹാരാജാവിന്റെ വിശ്വസ്തനായ സേനാപതിയായിരുന്ന അനന്തപത്മനാഭൻ നാടാരുടെ ശവകുടീരവും 1829 മുതൽ നാടാർ, ചാന്നാർ സ്ത്രീകൾക്ക് റൗക്ക ധരിക്കാൻ അനുവാദം വേണമെന്ന് ആവശ്യപ്പെട്ടുകൊണ്ട് നടത്തിയ സമരനായകൻ അയ്യാ വൈകുണ്ഡസ്വാമികളുടെയും ഒപ്പമുണ്ടായിരുന്ന വനിത വിപ്ലവകാരി ശകുന്തളാദേവിയുടെ കഥകൾ കേട്ടറിഞ്ഞു പണിക്കർ അന്ന് മനസ്സിൽ കണ്ടതായിരുന്ന മാറുമറയ്ക്കൽ അനുവാദത്തിന് വേണ്ടിയുള്ള സമര തുടക്കം. 1829 ൽ അയ്യ വൈകുണ്ഡ സ്വാമികൾ നയിച്ച സമരം പല സന്ദർഭത്തിലും പട്ടാളത്തെ വരെ ഉപയോഗിച്ച് അടിച്ചമർത്താൻ തുടങ്ങിയതോടെ ചാന്നാർ, നാടാർ സ്ത്രീകൾ ക്രിസ്തുമതത്തിൽ ചേർന്നുകൊണ്ട് റൗക്ക ധരിക്കാൻ തുടങ്ങിയതോടെ ചാന്നാർ ഭവനങ്ങളും പള്ളികളും വേദപുസ്തകങ്ങളും കൊള്ളയടിച്ചതിനെതിരെ സമരം രൂക്ഷമായപ്പോൾ തമ്പ്രാന്റെ ഉത്തരവുപ്രകാരം പട്ടാളം വീടുകളിലും ദേവാലയങ്ങളിലും വന്നെത്തി രൂക്ഷമായ അക്രമം അഴിച്ചുവിട്ട് നൂറുകണക്കിന് സ്ത്രീകൾ ഭീകരമർദ്ദനമേറ്റു എന്നിട്ടും തിരുവിതാംകൂർ ഗവൺമെന്റ് അനങ്ങിയില്ല. സ്ത്രീകൾ എല്ലാവരും റൗക്ക ധരിച്ചുകൊണ്ടുള്ള സമരവും നേരിടലും തുടർന്നു കൊണ്ടിരുന്നപ്പോൾ 1859 ൽ മദ്രാസ് ഗവർണ്ണരുടെ ഉത്തരവിൻപ്രകാരം 1859 ൽ ഹിന്ദുക്കളായ ചാന്നാർ, നാടാർ സ്ത്രീകൾക്ക് റൗക്ക ധരിക്കുവാൻ അനുവദിച്ചെങ്കിലും തുണി കട്ടിയുള്ളതായിരിക്കണം മേൽമുണ്ട് പാടില്ലാ എന്ന ഉത്തരവും ഇറങ്ങി. ഇതോടെയാണ് സമരം അവസാനിപ്പിച്ചത്. എന്നാൽ ഈ ഉത്തരവ് വേണാട് ഗവൺമെന്റ് നടപ്പാക്കാൻ കൂട്ടാക്കാത്തതിൽ പ്രതിഷേധിച്ചായിരുന്നു പണിക്കർ സമരത്തിന് ആഹ്വാനം ചെയ്ത് താമസവിനാ ഇവിടെയും അത് നടപ്പാക്കി.

ക്ഷേത്രനിർമ്മാണവും പ്രതിഷ്ഠയും

ക്ഷേത്ര നിർമ്മാണത്തെപ്പറ്റി ആലോചന ആരംഭിച്ചതോടെ മുത്തച്ഛന്റെ അഭിപ്രായം മുതുകുളം പെരുന്തച്ഛനായിരിക്കും ഉത്തമം എന്ന അഭിപ്രായം ഉണ്ടായി. പണിക്കർ എന്നാൽ എന്റെ സ്നേഹിതൻ മാവേലിക്കര കണ്ടിയൂർ മഠത്തിലെ വിശ്വനാഥൻ തന്ത്രികൂടെ ആയിക്കൂടെ എന്ന് അഭിപ്രായപ്പെട്ടു. മുത്തച്ഛനും മുത്തശ്ശിയും ഇതിനോട് യോജിച്ചു.

സ്ഥലം നിർണ്ണയത്തെപ്പറ്റി തേവി മുത്തശ്ശിയുടെ അഭിപ്രായം അനുസരിച്ച് കുടുംബത്തിലെ ലക്ഷ്മി പശുവിനെ അഴിച്ചുവിട്ട് അവൾ ചാണകം ഇടുന്ന സ്ഥലത്ത് പ്രതിഷ്ഠ നടത്താമെന്ന അഭിപ്രായം എല്ലാവരും അംഗീകരിച്ചു. അങ്ങനെ മുത്തശ്ശി കറുമ്പി പശുവിനെ അഴിച്ചു വിട്ടു. കറുമ്പി ചാണകം ഇട്ട സ്ഥലം നാരായണൻ പെരുന്തച്ഛന്റേയും വിശ്വനാഥൻ തന്ത്രിയും ചേർന്ന് സ്ഥല നിർണ്ണയം നടത്തി. അവരുടെ തന്നെ മേൽനോട്ടത്തിൽ യാത്രയിൽ മധുരയിൽ വെച്ച് പരിചയപ്പെട്ട ദ്രാവിഡ ആചാര ക്ഷേത്ര ശിൽപ്പികളെ വരുത്തി 1028 കുംഭമാസത്തിനലെ ശിവരാത്രി നാളിൽ കുടുംബകാരണവർ കൂടിയായ പെരുമാൾ അച്ഛൻ ക്ഷേത്ര നിർമ്മാണത്തിന്റെ കല്ലിടിൽ കർമ്മം നടത്തി. വിശ്വനാഥൻ തന്ത്രിയുടെയും പെരുന്തച്ഛന്റെയും മേൽനോട്ടത്തിൽ തമിഴ് ക്ഷേത്രശിൽപ്പികളുടെ കരവിരുതും നിർമ്മാണത്തിന് വേഗത കൂട്ടി. 1029 മേടം 6 ന് (1854 ഏപ്രിൽ 18) ന് തന്ത്രിയുടെ പൂജാകർമ്മങ്ങൾക്ക് ശേഷം ബന്ധുമിത്രാദികളും സ്നേഹിതന്മാരും അറയ്ക്കൽ കാരണവരുടേയും കളരിചേകവന്മാരേയും സാക്ഷി നിർത്തി മംഗലം ക്ഷേത്രത്തിന്റെ (ഇടക്കാട്ട് ശിവക്ഷേത്രം) വേലായുധ പണിക്കർ ശിവ പ്രതിഷ്ഠ നടത്തി. (ആദ്യമായി ഒരു അവർണ്ണൻ നടത്തിയ ക്ഷേത്ര പ്രതിഷ്ഠയാണിത്).

ചേർത്തലയിൽ നിന്നും വന്ന സ്നേഹിതരുടെ ആവശ്യപ്രകാരം തണ്ണീർമുക്കത്ത് ചെറുവാരണത്ത് പണിക്കരുടെ ചിലവിൽ ഒരു ക്ഷേത്രംപണി മധുര ശില്പികളെത്തന്നെ ചുമതലപ്പെടുത്തി. മേലന്വേഷണങ്ങൾക്ക് വിശ്വനാഥൻ തന്ത്രിയെ തന്നെ ചുമതലപ്പെടുത്തുകയും, ഇവരുടെ സംരക്ഷണചുമതല അറയ്ക്കലെ ചേകവർ സംഘത്തേയും ചുമതലപ്പെടുത്തി പിരിഞ്ഞു.

രണ്ടുദിവസം കഴിഞ്ഞപ്പോൾ ദിവാൻജിയുടെ ഒരു അറിയിപ്പ് ഇന്നേയ്ക്ക് മൂന്നാംനാൾ തന്നെ മുഖം കാണിക്കാൻ അറിയിപ്പ് അനുസരിച്ച് പണിക്കരും അനുചരന്മാരുമായി കൊട്ടാരത്തിൽ എത്തി.

ദിവാൻ ഇരുകൂട്ടരേയും വിളിച്ച് ആവലാതിയിൽ പറഞ്ഞിരിക്കുന്നത് അയിത്തജാതിക്കാരനായ വേലായുധൻ നടത്തിയ ശിവപ്രതിഷ്ഠ ദൈവനിന്ദയാണെന്നും ആയത് തടയണം ഒപ്പം വേലായുധനും സഹായികൾക്കും തക്ക ശിക്ഷയും കൊടുക്കണമെന്നാണ് ദിവാൻജിയോട് ആവലാതിയിൽ പറഞ്ഞത്.

ദിവാൻ : ആവലാതിയിൽ പറയുന്നത് ശരിയാണോ?

വേലായുധപണിക്കർ : ഞാൻ ക്ഷേത്രവിധി പ്രകാരം ശിവപ്രതിഷ്ഠ നടത്തിയത് ശരിയാണ്. വൈക്കം ക്ഷേത്രത്തിൽ നിന്നാണ് വേദവിദ്യ പഠിച്ചത്. അതിൻപ്രകാരം എന്റെ തറവാട് ക്ഷേത്രത്തിൽ ഈഴവ ശിവനെ പ്രതിഷ്ഠിച്ചത് ശരിയാണ്.

ദിവാൻജി : ആവലാതിക്കാരനോട് എന്തെങ്കിലും പറയാനുണ്ടോ

ബ്രാഹ്മണ പണ്ഡിതൻ : ശിവ-ശിവ നാം എന്താണീ കേൾക്കുന്നത്. ഈഴ ശിവനോ അങ്ങനൊരു ശിവനുണ്ടോ. മുഷ്ക്ക്....മുഷ്ക്ക് ഇവറ്റകൾക്ക് ശിക്ഷ നൽകിയാലും.

ദിവാൻജി : വേലായുധപണിക്കരുടെ ക്ഷേത്രപ്രതിഷ്ഠയ്ക്ക് അനുകൂല വിധിയാണ് പറഞ്ഞത്. സവർണ്ണ മേധാവികൾ പിന്നെയും ചില പ്രവർത്തനങ്ങളിൽ ഏർപ്പെട്ടെങ്കിലും പണിക്കരുടെയും അനുചരന്മാരുടെയും കായികബലത്തിൽ ഭയന്ന് ക്രമേണ വാശി ഉപേക്ഷിച്ചു.

തുടർന്ന് 1855 തണ്ണീർമുക്കം ക്ഷേത്രത്തിലും 1856 ൽ ഭാര്യവീടായ വാരണപ്പള്ളിയിലും വേലായുധപണിക്കർ ശിവപ്രതിഷ്ഠ നടത്തി. തിരുവിതാംകൂറിൽ ബ്രാഹ്മണനല്ലാത്തതും അവർണ്ണനുമായ ഒരാൾ നടത്തുന്ന ശിവപ്രതിഷ്ഠ മാത്രമല്ല ഏവർക്കും പ്രവേശന അനുവാദവും.

ക്ഷേത്രപണിക്ക് വേഗത കൂട്ടിയത്

ബ്രിട്ടീഷ് റെസിഡന്റായിരുന്ന മണ്രോ സായിപ്പിന്റെ ഉത്തരവിൽ പ്രതിഷേധിച്ചാണ്. അവർണ്ണരുടെ കൈവശമുള്ള എല്ലാ ക്ഷേത്രങ്ങളും സർക്കാർ ഏറ്റെടുത്തു എന്ന ഉത്തരവും ഒപ്പം അവർണ്ണർക്കും ആവശ്യമെങ്കിൽ ചാത്തൻ, കാളി, മാടൻ, മറുത തുടങ്ങിയ യോഗീശ്വരന്മാരെ മരച്ചുവട്ടിലോ ആൽച്ചുവട്ടിലോ വച്ച് ആരാധിക്കാൻ അനുവാദം നൽകുന്നു എന്ന ഉത്തരവിൽ ക്ഷുഭിതനായ വേലായുധപണിക്കർ ഏറ്റവും അടുത്ത സുഹൃത്തുക്കളുമായി ആലോചിച്ചെടുത്ത തീരുമാനമാണ്.

മാറുമറയ്ക്കൽ സമരം

1858 ൽ കായംകുളം കമ്പോളത്തിൽ ഒരു ഈഴവ സ്ത്രീ കണങ്കാൽ വരെ മുണ്ട് താഴ്ത്തി ഉടുത്ത് തോർത്തുകൊണ്ട് മാറ് മറച്ച് വന്നതിൽ ക്ഷുഭിതരായ തമ്പ്രാകുട്ടികളും മുസ്ലിം ഗുണ്ടകളും ചേർന്ന് ആ സ്ത്രീയുടെ തോർത്ത് എടുത്ത് മാറ്റി മുലക്കണ്ണിൽ വെള്ളയ്ക്കായുടെ മൂടും പൊട്ടിച്ച് പിടിപ്പിച്ച് ഉടുമുണ്ടിൽ ചാണകം കലക്കി ഒഴിച്ച് റോഡിലൂടെ നടത്തിച്ച സംഭവം നാട്ടിൽ പാട്ടായതോടെ വിവരം അറിഞ്ഞ പണിക്കർ അനുചരന്മാരുമായി കുതിരപ്പുറത്തും ഓടിവള്ളത്തിലും മുണ്ടും റൗക്കയും തോർത്തുമായി വന്ന് ഈഴവ രാതി പിന്നോക്ക സ്ത്രീകൾക്ക് ധരിക്കാൻ കൊടുത്ത് 3ദിവസം തുടർച്ചയായി കമ്പോളത്തിൽ വന്നവരെ പുതുവസ്ത്രം അണിയിച്ചാണ് വിട്ടത്. ധൈര്യം ഉള്ളവർ വന്ന് സ്ത്രീകളുടെ വസ്ത്രം അഴിച്ച് മാറ്റെടാ വേലായുധപണിക്കരാ പറയുന്നത് എന്ന് വെല്ലുവിളിച്ചു എന്നുമാത്രമല്ല വസ്ത്രം വാങ്ങി ധരിക്കാൻ നിവൃത്തിയില്ലാത്തവർ വിവരം എന്നെ അറിയിക്കണം എന്നും പറഞ്ഞാണ് കമ്പോളം വിട്ടത്.

ഇതേ ആവശ്യമുന്നയിച്ചു തെക്കൻ തിരുവിതാംകൂറിൽ അഗസ്തീശ്വരം, കൽക്കുളം തുടങ്ങി പല പ്രദേശത്തും അയ്യാ വൈകുണ്ഠ സ്വാമിയുടെ നേതൃത്വത്തിൽ നടത്തിവന്ന സമരത്തിൽ സവർണ്ണ പോലീസിന്റെയും ഗുണ്ടകളുടേയും മർദ്ദനമേറ്റ് നൂറുകണക്കിന് സ്ത്രീപുരുഷന്മാരുടെ കൈയ്യും കാലും കണ്ണും നഷ്ടപ്പെട്ടു. ശകുന്തളാ ദേവി എന്ന സമരസേനാനി രക്തസാക്ഷിയുമായി. (നവോത്ഥാനത്തിന്റെ ആദ്യത്തെ രക്തസാക്ഷി). ഇതോടെ ബ്രിട്ടീഷ് ഗവൺമെന്റിന്റെ ഇടപെടലോടെ 1829 ൽ കട്ടിയുള്ള കുപ്പായം ചാന്നാർ നാടാർ സ്ത്രീകൾക്ക് ധരിക്കാനുള്ള അവകാശം റാണി ഗൗരി പാർവ്വതിഭായിയുടെ ഉത്തരവായി ഇറങ്ങി.(പിൽക്കാലം ഇതാണ് ചാന്നാർ ലഹള എന്നറിയപ്പെട്ടത്). (നാടാർ സർവ്വീസ് സ്മരണിക)

എന്നാൽ ഇത് മധ്യതിരുവിതാംകൂറിൽ നടപ്പാക്കിയില്ല. 1858 ൽ വേലായുധപ്പണിക്കരുടെ നേതൃത്വത്തിൽ "ഞങ്ങൾ നെയ്യും വസ്ത്രങ്ങൾ ഞങ്ങൾക്കും കൂടി ധരിക്കുവാൻ അധികാരം നൽകണമെന്ന്" ആവശ്യപ്പെട്ടുകൊണ്ട് സമരം ആരംഭിച്ചു. നാളുകൾ കഴിയും തോറും സംഘട്ടനങ്ങളും അരക്ഷിതത്വവും തല പൊക്കി തുടങ്ങി.

പണിക്കർ പല വഴികളിലൂടെ ബ്രിട്ടീഷ് ചക്രവർത്തിയായിരുന്ന വിക്ടോറിയ രാജ്ഞിയേയും മദിരാശി ഗവർണ്ണർ ഹാരിസൺ പ്രഭുവിനേയും സംസ്കാര ശൂന്യമായ ഈ നടപടികൾ ധരിപ്പിച്ച് അവ

രുടെ ഇടപെടലോടയാണ് തിരുവിതാം കൂർ രാജാവ് ഉത്രാടം തിരുന്നാൾ മാർത്താണ്ഡവർമ്മയ്ക്ക് 1859 ജൂലൈ 26 ന് ഈഴവ-ചാന്നാർ സ്ത്രീകൾക്കും മേൽ മുണ്ട് ധരിക്കാനുള്ള വിളംബരം വീണ്ടും പുറപ്പെടുവിക്കേണ്ടി വന്നത്.

പക്ഷേ, ഇതിന് മുമ്പും പിൻപും മറ്റു പ്രദേശങ്ങളിലും പലപ്പോഴായി ഇങ്ങനെ പണിക്കരും കൂട്ടരും എത്തി വസ്ത്രം ധരിപ്പിച്ച സംഭവങ്ങളുണ്ടായിട്ടുണ്ട്.

കർഷകതൊഴിലാളി സമരം

1866 ഓടനാട് പ്രദേശത്തെ കർഷക തൊഴിലാളികൾ മുട്ടിന് മുകളിൽ വച്ചേ മുണ്ടുടുക്കാൻ പാടൂള്ളൂ എന്ന ജന്മിമാരുടെ ഉത്തരവിൽ പ്രതിഷേധിച്ച തൊഴിലാളികൾക്ക് പാടത്ത് പണി കൊടുക്കുന്നില്ലെന്ന കാര്യം അറിഞ്ഞെത്തിയ പണിക്കർ ഭൂഉടമകളുമായി സംസാരിച്ചപ്പോൾ കൃഷിക്കാരും തൊഴിലാളികളുമായുള്ള കാര്യത്തിൽ നിങ്ങൾ ഇടപെടേണ്ടതില്ലെന്ന നിഷേധാത്മകമായ നിലപാടിന് എതിരെ പണിക്കരുടെ ആഹ്വാനം അനുസരിച്ച് തൊഴിലാളികൾ പണിമുടക്ക് ആരംഭിച്ചു. ഏതാണ്ട് മൂന്നരമാസം പണിമുടക്ക് നീണ്ടുനിന്നു. ഈ കാലയളവിൽ തൊഴിലാളികൾക്ക് ഭക്ഷണത്തിന് വക പണിക്കരാണ് നൽകിയത്.

ഇതിനിടയിൽ ഒന്നിലധികം പ്രാവശ്യം പല സ്ഥലങ്ങളിൽ നിന്നും ഭൂഉടമകൾ കൊണ്ടുവന്ന ആൾക്കാരെ പാടത്ത് ഇറക്കാൻ ശ്രമിച്ചെങ്കിലും പണിക്കരും അനുചരന്മാരും അനുവദിച്ചില്ല.

അവസാനം ഭൂസ്വാമിമാർ ഉത്തരവ് പിൻവലിച്ചതിനുശേഷമാണ് പാടത്ത് പണിയാരംഭിച്ചത്. കാർത്തികപ്പള്ളി, കായംകുളം, അമ്പലപ്പുഴ പ്രദേശങ്ങളിൽ തൊഴിലാളികൾ കൂലി നെല്ലോ ചക്രമോ വേണമെന്ന് പറഞ്ഞു നടത്തിയ സമരങ്ങളിൽ പലതും പണിക്കർ ഇടപെട്ട് പരിഹാരം കണ്ടു.

അങ്ങനെ അരവെട്ട് നെല്ലും ചക്കക്കുരുവും കൊടുത്ത് പണി എടുപ്പിച്ച് കൊണ്ടിരുന്ന സമ്പ്രദായത്തിന് വേലായുധ പണിക്കർ വിരാമം ഇടുവിച്ചു.

സഞ്ചാരസ്വാതന്ത്ര്യത്തിനുവേണ്ടി

ബ്രാഹ്മണരും രാജാക്കന്മാരും പിന്നെ നായന്മാർക്ക് മാത്രമേ റോഡിൽ കൂടി സഞ്ചരിക്കാൻ പാടുള്ളൂ ഇവർ റോഡിൽ ഇല്ലാത്തപ്പോൾ മാത്രമാണ് ഈഴവർക്കോ പുലയർക്കോ നടക്കാൻ കഴിയൂ. പക്ഷേ പട്ടി, പൂച്ച, മറ്റ് കന്നുകാലികൾക്ക് വിലക്കല്ലായിരുന്നു. ഭാഗ്യം.

തമ്പ്രാക്കന്മാർ പല്ലക്കിൽ വരുമ്പോൾ അതിന് മുന്നിൽ 4 നായന്മാർ വിളക്കും താലവുമേന്തി ഹോയ്..ഹോയ് എന്ന് വിളിക്കലാണ്. ഈ വിളി കേട്ടാൽഅടിയാളർ എല്ലാം വഴിമാറണം. ആരെങ്കിലും നിയമം ലംഘിച്ചാൽ അവർക്ക് ചാട്ടവാർ അടി മുതൽ മരണശിക്ഷ വരെ കൊടുക്കാൻ നായർ പടയാളികൾക്ക് അനുവാദമുണ്ട്. പക്ഷേ ഈ നായർ, ബ്രാഹ്മണരെ കണ്ടാൽ 12 അടി ദൂരെ നിൽക്കുകയും രണ്ടാംമുണ്ട് അരയിൽ ചുറ്റുകയും വേണം.

ഇതിന് താഴോട്ട് ഈഴവർക്കും, ഈഴവരെ കണ്ടാൽ പുലയർക്കും പുലയരെ കണ്ടാൽ പറയരും അങ്ങനെ താഴോട്ടുള്ളവരും ചെയ്തിരിക്കണം. അകലവും കൂടി കൂടി വരും കേട്ടോ. അയിത്തദൂരം ബ്രാഹ്മണനിൽ നിന്നും പുലയരിലേക്ക് വരുമ്പോൾ 96 അടിയാണ്.

രസകരമായ ഒരു സംഭവം പറയട്ടെ, തിരുവിതാംകൂറിൽ രാജാവിനും ആലുംമൂട്ടിൽ കുഞ്ഞുകുഞ്ഞ് ചാന്നാർക്കും മാത്രമാണ് ഒരു കാലത്ത് കാറുണ്ടായിരുന്നുള്ളൂ. ഒരുനാൾ രാജാവ് കാറിൽ വരുംവഴി കുഞ്ഞുകുഞ്ഞുചാന്നാർ എതിരെ വന്നപ്പോൾ ചാന്നാർ കാറിൽ നിന്നിറങ്ങി പാടം വഴി നടന്നും, കാറും ഡ്രൈവർ മാധവൻനായരും റോഡിൽകൂടിയും പോകുന്ന കാഴ്ച പലരേയും ആശ്ചര്യപ്പെടുത്തി.

ഈ രാജാക്കന്മാർ തന്നെ രാജ്യഭരണത്തിന് ഖജനാവിൽ പണമില്ലാതെ വരുമ്പോൾ ആലുംമൂട്ടിൽ ചാന്നാമാരോടാണ് കടം വാങ്ങുക എന്നുംകൂടി ഓർക്കണം. ഇതുപോലെ നിരവധി സംഭവങ്ങൾ സാക്ഷ്യം വഹിച്ചു വരുന്ന നാടായിരുന്നു തിരുവിതാംകൂർ. അക്കാലത്ത് യാത്ര കൂടുതലും വള്ളത്തിലായിരുന്നു. കടത്ത് വള്ളത്തിൽ കീഴ്ജാതിക്കാർക്കും കയറാൻ അനുവാദമില്ലായിരുന്നു. അവർ നീന്തിയും പതച്ചും വേണം അക്കരെയിക്കരെ പോകാൻ.

വരമ്പത്ത് പുടവ അഴിക്കൽ

ഹരിപ്പാടിന് കിഴക്ക് പള്ളിപ്പാട് ഒരു ഈഴവ സ്ത്രീ വസ്ത്രം താഴ്ത്തി ഉടുത്ത് വയൽ വരമ്പത്ത് കൂടി പോകുമ്പോൾ കുറേ കൂലിതല്ലുകാർ എത്തി സ്ത്രീയുടെ വസ്ത്രം അഴിച്ചുമാറ്റി മാനഭംഗപ്പെടുത്താൻ ശ്രമിക്കുകയും വസ്ത്രം കത്തിച്ചുകളയുകയും ചെയ്ത് അയൽവാസി സ്ത്രീകൾ തഴപ്പായ കൊണ്ട് മറച്ച് നിർത്തിയിട്ട് ഹരിപ്പാടുണ്ടായിരുന്ന വേലായുധപ്പണിക്കരെ വിവരം അറിയിച്ചു.

തൽക്ഷണം പണിക്കർ രണ്ടു പുടവയുമായി എത്തി അടുത്തുണ്ടായിരുന്ന സ്ത്രീകളെ കൊണ്ട് വിവസ്ത്രധാരിയായ സ്ത്രീയെ പുടവ ഉടുപ്പിച്ച് വീട്ടിൽ എത്തിച്ചു.

തുടർന്ന് രണ്ടുമൂന്ന് ദിവസം പണിക്കരും കൂട്ടുകാരും കൂടി പല സ്ത്രീകളോടും പാദം വരെ മുണ്ടും മേൽവസ്ത്രം ധരിപ്പിച്ച് നടത്തി. ഒരു ഗുണ്ടകളും തിരിഞ്ഞ് നോക്കിയില്ല.

പിന്നീട് ആ ഭാഗത്ത് ശല്യമില്ലാതായി. കുറേ നാളുകൾക്ക് ശേഷം ഒരു സ്ത്രീയെ വസ്ത്രാക്ഷേപം ചെയ്ത ഗുണ്ടയുടെ സഹോദരിയെ ഒരു ചെറുമൻ കമ്പെറിഞ്ഞ് കൊള്ളിച്ച് ഭാര്യയാക്കി. അന്നത്തെ നിയമം മേൽജാതിയിലെ സത്രീകളെ കീഴ്ജാതിയിലെ പുരുഷൻ തൊടുകയോ കമ്പോ കല്ലോ കൊണ്ട് എറിഞ്ഞ് കൊള്ളിച്ചാൽ പിന്നെ ആ സ്ത്രീ അവന്റെ ഭാര്യയായിരിക്കും. അതായിരുന്നു നിയമം. പക്ഷേ അവർ ഇണചേർന്നാൽ മാരകമായ രോഗം പിടിപെടും എന്ന് പ്രചരിപ്പിച്ച് വന്നു.

കാർത്തികപ്പള്ളി തമ്പുരാന്റെ ഒരു വിളംമ്പരത്തിൽ നമ്മുടെ രാജ്യത്തുള്ള ചാന്നാർ-ഈഴവർ സ്ത്രീകളുടെ പ്രഥമരാത്രി സവർണ്ണർക്ക് അവകാശപ്പെട്ടതാണ് എന്നാണ് രാജവിളംബരം.

ഉയർന്ന ജാതിയിൽപ്പെട്ട പുരുഷന്റെ ഇംഗിതത്തിന് വഴങ്ങാത്ത സ്ത്രീ ഏത് ജാതിയിൽപ്പെട്ടവളായാലും അവൾ അസന്മാർഗ്ഗിയാണ്. ബ്രാഹ്മണരെ മാറ് കാണിക്കാത്ത സ്ത്രീയും മുൻപറഞ്ഞ ഗണത്തിൽപ്പെടും. അവളെ വധിക്കുന്നത് ശിക്ഷാർഹമല്ല.

ക്ഷേത്രദർശനം

ക്ഷേത്രങ്ങളിൽ നായർ സ്ത്രീകൾ മാറ് മറയ്ക്കുകയോ മേൽമുണ്ട് ധരിക്കുകയോ പാടില്ല. ഒരുനാൾ കൊച്ചി രാജ്യത്തിലെ ഒരു റാണി കാർത്തികപ്പള്ളി കൊട്ടാരത്തിൽ വിരുന്നിന് വന്നപ്പോൾ ഹരിപ്പാട് ശ്രീമുരുക ക്ഷേത്രത്തിൽ വച്ച് റാണി ഒരു നായർ സ്ത്രീ റൗക്ക ധരിച്ചിരിക്കുന്നത് കണ്ടു. റാണി രാജകിങ്കരന്മാരെ ഒന്ന് നോക്കുന്ന താമസം അവർ ആ സ്ത്രീയുടെ റൗക്ക വലിച്ച് കീറി. അടുത്തദിവസം രാജവിളംബരം താഴ്ന്ന ജാതി സ്ത്രീകൾ ആരും ക്ഷേത്രത്തിൽ റൗക്കയിട്ട് പ്രവേശിക്കാൻ പാടില്ല. നിയമം ലംഘിക്കുന്നവരുടെ റൗക്ക അഴിച്ചുമാറ്റാനും ശിക്ഷിക്കാനും അധികാരം ക്ഷേത്രപാലകർക്ക് നൽകി.

മൂക്കുത്തി സമരം

സ്ത്രീകൾക്ക് ആഭരണം ധരിക്കുന്നതിൽപ്പോലും നിയന്ത്രണം ഉണ്ടായിരുന്നു. സവർണ്ണസ്ത്രീകൾ ആഭരണം ഏതുവേണമെങ്കിലും ധരിക്കാം. മറ്റുള്ളവർ അത് അനുകരിക്കാൻ പാടില്ലെന്നാണ് രാജകൽപ്പന.

അവർണ്ണ സ്ത്രീകൾക്ക് ഇരുമ്പ്, കക്ക, ചിപ്പുകൾ, കല്ല്മുത്തുകൾ തുടങ്ങിയവകൊണ്ടുള്ള ആഭരണങ്ങൾ വേണമെങ്കിൽ ധരിക്കാം. പാള കീറിയോ ചിപ്പി കോർത്തുള്ള മാല ഇതൊക്കെയായിരുന്നു നിയമമെങ്കിലും പന്തളത്തിനടുത്ത കോമലേഴത്ത് തറവാട്ടിലെ മാലതി എന്ന ചാന്നാട്ടികുട്ടി ഒരുനാൾ സ്വർണ്ണ മൂക്കുത്തി അണിഞ്ഞ് പന്തളംചന്ത വഴി പോകുമ്പോൾ കുറെ കുട്ടി തമ്പ്രാക്കൾ മാലതിയുടെ യാത്ര തടഞ്ഞു. മൂക്കുത്തി ഊരിയിട്ടു പോയാൽ മതി എന്ന് ശഠിച്ചു. ഇത് കൂട്ടാക്കാതെ മാലതി നടന്നതും സവർണ്ണ ചട്ടമ്പികൾ മുമ്പിലെത്തി മൂക്കുത്തി ചേർന്ന ഭാഗം അറുത്ത് മാറ്റിയിട്ടിട്ട് ചാണകം കലക്കിയ വെള്ളം തലവഴി ഒഴിച്ചു. വിവരം അറിഞ്ഞ പിതാവ് രാഘവ ചാന്നാരും കൂട്ടരും സ്ഥലത്ത് എത്തി. 1859 ആഗസ്റ്റ് 18 ന് നടന്ന ഈ സംഭവം അറിഞ്ഞ മാത്രയിൽ വേലായുധപ്പണിക്കർ അടുത്തുള്ള സ്വർണ്ണകടകളിൽ ഉണ്ടായിരുന്നത്ര മൂക്കുത്തികളും വാങ്ങി കൂടുതൽ പണിയാൻ പണവും കൊടുത്തിട്ട് അനുചരന്മാരുമൊത്ത് പന്തളത്ത് എത്തി. അവിടെയുണ്ടായിരുന്നതും വരുന്നതുമായ അവർണ്ണ സ്ത്രീകൾക്ക് കൂടെ കൊണ്ടുവന്ന തട്ടാനെക്കൊണ്ട് മൂക്ക് കുത്തിച്ച് മൂക്കുത്തി അണിയിക്കുന്നതിനിടയിൽ ഒരുകൂട്ടം സവർണ്ണ ചട്ടമ്പികൾ ആയുധധാരികളായി എത്തി പണിക്കരോട് പറഞ്ഞ ധിക്കാരവാക്കുകൾ കേട്ടതും അറയ്ക്കൽ മാളു തന്റെ അരയിൽ സൂക്ഷിച്ചിരുന്ന ഉറുമി എടുത്ത് ഒന്ന് ചുഴറ്റിയതും വെള്ള കുതിരയുടെ കാൽപ്രയോഗവും ആയതോടെ വന്ന ചട്ടമ്പികൾക്ക് പലർക്കും മുറിവുകൾ ഏറ്റ് നിലം പതിച്ചു. മറ്റുള്ളവർ താഴെ വീണവരെ തോളിലേറ്റിക്കൊണ്ടുള്ള ഓട്ടം നാട്ടുകാരിലും കൗതുകം ഉണ്ടാക്കി.

തുടർന്ന് രണ്ടു ദിവസം അവിടെ താമസിച്ച് നൂറുകണക്കിന് സ്ത്രീകളെ മൂക്കൂത്തി അണിയിച്ചിട്ടും പണിക്കർ പറഞ്ഞു: "ഇത് ആറാട്ടുപുഴ വേലായുധൻ പണിയിച്ച മൂക്കൂത്തി പറിച്ച് കളയാൻ തന്റേടമുള്ളവർ ഉണ്ടെങ്കിൽ വരിക. കഴിഞ്ഞതിന് മാപ്പ് നൽകുന്നു. ഇനി ആവർത്തിച്ചാൽ മാപ്പില്ല. ഇത് ആറാട്ടുപുഴ വേലായുധ പണിക്കരുടെ മുന്നറിയിപ്പാണ്."

പിൻകാലം ആ ചന്ത മൂക്കൂത്തി ചന്ത എന്ന് അറിയപ്പെട്ടുതുടങ്ങി. പണിക്കരും കൂട്ടരും മടങ്ങി. വീണ്ടും പല ദിവസങ്ങളിലും പണിക്കരും സഹപാഠികളും പന്തളം പരിസരത്ത് കറങ്ങിയെങ്കിലും പഴയതുപോലെ ഒരു സംഭവം ഉണ്ടായിട്ടില്ല. പിൽക്കാലത്ത് മൂക്കൂത്തി ആവശ്യപ്പെട്ട് വന്നവർക്കും നൽകിവന്നു.

ഉത്സവകാണം

വേലായുധപണിക്കരും അനുചരന്മാരും നാട്ടിൽ നടത്തിക്കൊണ്ടിരിക്കുന്ന പ്രധാന പ്രവർത്തനത്തിൽ ക്ഷുഭിതരായ ക്ഷേത്രഭരണക്കാർ ഈഴവരിൽനിന്നും ഉത്സവവരി പിരിക്കാൻ തീരുമാനിച്ച് ഇതിൻപ്രകാരം വരിപിരിവ് ചുമതലക്കാരായ നായന്മാർ ഈഴവരോട് ഉത്സവവരി ആവശ്യപ്പെട്ടപ്പോൾ അമ്പലത്തിൽ കയറുവാനും ഉത്സവത്തിൽ പങ്കാളിയാക്കാതെ വരി തരില്ലെന്ന് ഈഴവരും ഇത് ഒരു തർക്കത്തിനും ക്രമേണ ഏറ്റുമുട്ടലിലേക്കും വഴിവച്ചു.

ഹരിപ്പാട് ആരംഭിച്ച ഈ തർക്കം കൊല്ലം ആലപ്പുഴ വരെയും നീണ്ടു. ഈഴവ ഭൂരിപക്ഷമുള്ള പ്രദേശത്ത് നായർക്കും നായർ ഭൂരിപക്ഷമുള്ള പ്രദേശത്ത് ഈഴവർക്കും സ്വൈര്യജീവിതം നഷ്ടപ്പെട്ട് ഏത്തമിടീൽ, ഇഴഞ്ഞ് നടക്കൽ ചുരുക്കി പറഞ്ഞാൽ ഇത് ഒരു ലഹളയായി മാറി. ഈ ലഹളയിൽ ആയിരകണക്കിന് മനുഷ്യജീവൻ പൊലിഞ്ഞു. വർഷങ്ങൾ നീണ്ടുനിന്ന ഈ ലഹള അവസാനം കണ്ടത് കൊല്ലത്തു വച്ച് നടന്ന ക്ഷേത്രഭരണക്കാരുടെ തീരുമാന പിൻമാറ്റത്തിലൂടെയാണ്.

കഥകളി

വൈക്കത്ത് വേദപാഠത്തിന് ഇടയിൽ പലപ്പോഴും കഥകളി കണ്ട് അതിന്റെ രാസഭാവ പോഷണങ്ങളിൽ ആകൃഷ്ടനായ പണിക്കർ നാട്ടിൽ വന്നത് മുതൽ കഥകളി പഠിപ്പിക്കുന്ന കളരി അന്വേഷിച്ച് നടന്നെങ്കിലും അമ്പലപ്പുഴയിൽ 17-ാം നൂറ്റാണ്ടുമുതൽ ഇരയിമ്മൻതമ്പിയുടെ തറവാട്ടിൽ കളരിയുണ്ട് അവിടെ അവർണ്ണർക്ക് പ്രവേശനമില്ല.

കുട്ടനാട്ടിൽ 1740 മുതൽ മണ്ടവപ്പള്ളി തറവാട്ടിൽ ആട്ടകഥ കളരിയുണ്ട്. അവിടെയും സവർണ്ണർക്ക് മാത്രമാണ്. മേനോന്റെ സന്താനഗോപാലം, ബാണാസുര യുദ്ധവുമൊക്കെ പ്രസിദ്ധമാണെന്നും അറിഞ്ഞു. പക്ഷേ അവർണ്ണർക്കും പ്രവേശനമില്ല. രാസഭാവ പോഷണവിഷയത്തിൽ പ്രാധാന്യം കൊടുക്കുന്ന ഈ കല തനിക്കും ഏറ്റവും ഇഷ്ടപ്പെട്ടതും കേരളത്തിന്റെ തനത് കലയുമായ കഥകളി അഭ്യസിച്ചേപറ്റൂ എന്ന് ശാഠ്യത്തോടെ അന്വേഷണം ആരംഭിച്ചു. അങ്ങനെ ചക്കശ്ശേരി പണിക്കർ എന്ന ഈഴവപ്രമാണി കഥകളി, കളരി തുടങ്ങിയിരുന്നുയെന്നറിഞ്ഞു. അവിടെ എത്തിയപ്പോഴാണ് പഠനത്തിനുവേണ്ടി തയ്യാറാക്കിയ പഠിപ്പുര തമ്പ്രാക്കൾ പൊളിച്ചു

നീക്കിയകാര്യം അറിഞ്ഞത്. രണ്ടാമത് ആരംഭിക്കുന്ന കാര്യം ആലോചനയിൽ പോലും ഇല്ലെന്ന് ചക്കശ്ശേരി തീർത്തുപറഞ്ഞു.

വീണ്ടുമുള്ള അന്വേഷണത്തിൽ തന്റെ ഒരു സ്നേഹിതവഴി കഥകളി വിദഗ്ദ്ധൻ അമ്പലപ്പുഴ മാധവക്കുറുപ്പിനെ പരിജയപ്പെട്ടു. കാര്യം പറഞ്ഞപ്പോൾ ഈ കല ആവിഷ്ക്കാര സ്വാതന്ത്ര്യത്തിൽപ്പെട്ടതാണ്. അവർണ്ണർക്ക് കളരി നടത്താനോ കിരീടം വച്ച് ആടാനോ ഉള്ള അനുവാദമില്ല. ആറാട്ടുപുഴയിൽ തന്റെ വീട്ടിൽ കളരി സ്ഥാപിക്കാമെന്ന് പറഞ്ഞപ്പോൾ ആശാൻ സമ്മതം മൂളി. അങ്ങനെ തറവാടിന്റെ ഒരു ഭാഗത്ത് കളരി സ്ഥാപിച്ചു. (കല്ലിശ്ശേരി കഥകളി കളരി). കളരി സ്ഥാപിച്ച് തന്നോടൊപ്പം രണ്ടുമക്കളും കുമ്മമ്പള്ളി രാമൻ നായരും പ്രധാന അനുജരന്മാരായ അറയ്ക്കലെ ചന്തുവും ബന്ധുക്കളായ രണ്ടുപേർ വാരാണപ്പള്ളി, കരിപ്പുഴ, കളയ്ക്കാട്ട്, കോയിക്കൽ, തറയിൽ, പള്ളിയമ്പറമ്പ്, പാണ്ടിശ്ശേരി, ഒതളപ്പറമ്പ്, തുടങ്ങിയ തറവാടുകളിൽ നിന്നും ഓരോരുത്തർ അങ്ങനെ 12 പേരുടെ പഠനം ആരംഭിച്ചു. 1037 തുലാം 15 ന് ക്ഷേത്രവളപ്പിൽതന്നെ അരങ്ങേറ്റവും നടത്തി. വീരകേരളവർമ്മയുടെ ബാലികാവധം പണിക്കരുടെ അഭിനയചാതുര്യവും ഹൃദയതാളത്തിൽനിന്നും വന്ന രാസപ്രസാദം ചന്ദനച്ചാറുപോലെ പ്രശാന്തശീതളമായിരുന്നു. കാഴ്ചക്കാരിൽ സവർണ്ണരുമുണ്ടായിരുന്നെങ്കിലും നേരിട്ടെതിർക്കാൻ ധൈര്യമുള്ളവർ ഇല്ലായിരുന്നു.

രണ്ടാംദിവസം ദിവാൻ സാർ മാധവറാവുവിന്റെ മുൻപാകെ ഹാജരാകണം എന്ന് അറിയിപ്പ് കിട്ടി. കൃത്യസമയത്തുതന്നെ പണിക്കരും അറയ്ക്കൽ ചന്തുവും ദിവാൻജി മുമ്പാകെ ഹാജരായി. ആവലാതിക്കാരുടെ പരാതി വായിച്ച് കേൾപ്പിച്ചു.

ദിവാൻജി : ആവലാതിക്കാരുടെ പരാതിയെപ്പറ്റി വല്ലതും പറയാനുണ്ടോ?

പണിക്കർ : ഞങ്ങൾ ഈഴവരായ ഹിന്ദുക്കളാണ് കൂടെ ചോകവരുമുണ്ട്. നാട്ടിൽ തീണ്ടൽ നിലനിൽക്കുന്നതായി അറിയാം. അത് ലംഘിച്ചിട്ടില്ല. അഥവാ ലംഘിച്ചാൽ ഞങ്ങളെ വാളാൽ വെട്ടിക്കൊല്ലാൻ അധികാരമുണ്ടെന്ന് പറഞ്ഞല്ലോ.

ആവലാതിക്കാർ : അതുകൊണ്ടാവും അതിന് മുതിരാത്തത്. ഞങ്ങൾ ആചാര ലംഘനം നടത്തിയിട്ടില്ലാത്തതിന്റെ തെളിവാണല്ലോ.

രണ്ടാമത് പറഞ്ഞിരിക്കുന്നത് കഥകളി രാമായണം, മഹാഭാരതം എന്നീ പുരാണങ്ങളിൽ നിന്നുള്ളതാണെന്നാണ്. ശരിയാണ്. രാമാ

യണകഥ എഴുതിയത് പിന്നാക്കക്കാരനായ വാല്മീകിയാണ്. മഹാഭാരതകഥ എഴുതിയത് മുക്കുവസ്ത്രീയുടെ മകനായ വ്യാസനാണ്. ഇവർ രണ്ടുപേരും അവർണ്ണർ. അവർ എഴുതിയ കഥകൾ വായിക്കുകയോ പഠിക്കുകയോ പഠിപ്പിക്കുന്നതോ കുറ്റകരമല്ലെന്നാണ് ഇതുവരെയുള്ള അഭിപ്രായം. ഞങ്ങൾ പഠിച്ചതുകൊണ്ട് മറ്റാർക്കും ഒരു അനിഷ്ഠവും ഉണ്ടാകുന്നില്ല. കളികാണുന്നവർക്കും ദൈവവിരോധമുണ്ടാകും എന്നുപറയുന്നത് ശരിയല്ല. ഹിന്ദുക്കളായ ഞങ്ങൾ കൊട്ടിയാടുന്നത് സവർണ്ണ ഹിന്ദുക്കൾക്ക് ആക്ഷേപവും മാനഹാനിയും ഉണ്ടാക്കും എന്ന് പറയുന്നത് തെറ്റാണ്.

ദിവാൻജി ഇരുഭാഗവും വിശദമായി കേട്ട് പണിക്കർക്കുവേണ്ടി പണിക്കർതന്നെയാണ് വാദിച്ചത്. കേസ് നടന്ന കൊല്ലം കോടതി പരിസരത്ത് നൂറുകണക്കിന് സവർണ്ണർ തടിച്ചുകൂടിയിരുന്നു. പണിക്കരുടെ വാദമുഖങ്ങൾ ഖണ്ഡിക്കാൻ ആവലാതിക്കാർക്കോ തള്ളിപ്പറയാൻ ദിവാൻജി സാർ റ്റി. മാധവക്കുറുപ്പിനോ കഴിഞ്ഞില്ല.

കേസിന്റെ വിധി

അവർണ്ണർക്കും കഥകളി പഠിക്കുവാനും പഠിപ്പിക്കുവാനും അവതരിപ്പിക്കാനും അനുവാദം രാജാവിളംബരം നൽകിക്കൊണ്ടുള്ളതായിരുന്നു. ഈ വിധിയെതുടർന്ന് കൊല്ലം, കോട്ടയം, ചേർത്തല, ഏറ്റുമാനൂർ - അമ്പലപ്പുഴ, ആലപ്പുഴ-കാർത്തികപ്പള്ളി-കരുനാഗപ്പള്ളി, തിരുവല്ല, കോലഞ്ചേരി തുടങ്ങി അനവധി പ്രദേശങ്ങളിൽ കഥകളി ആരംഭിച്ച് മാത്രമല്ല മലയാള മനസ്സുകളിൽ പണിക്കരെപ്പറ്റി ഒരു ശുഭപ്രതീക്ഷ നാമ്പ് എടുക്കാൻ തുടങ്ങി. അങ്ങനെ ആ അതുല്യ ദൃശ്യകല അയിത്തവിമുക്തമാക്കി എടുത്തു.

രാജകുമാരന്റെ സല്ലാപയാത്ര

കാർത്തികപ്പള്ളി രാജ്യത്തെ ഇളമുറതമ്പുരാന്റെയും വിരുന്നുകാരായ കൊച്ചി റാണിമാരുടെയും ഉല്ലാസയാത്രകൊണ്ട് വലഞ്ഞ നാട്ടുകാർ വേലായുധപണിക്കരോടും പരാതി പറഞ്ഞു തുടങ്ങിയതോടെ ഈ വിഷയം രാജാവിന്റെ മുമ്പിൽ അറിയിക്കുവാൻ പണിക്കർ തീരുമാനിച്ചു. ഇളമുറ തമ്പുരാൻ രാമമേനവന്റെ പല്ലക്കിലെ എഴുന്നള്ളത്തും വാദ്യമേളങ്ങളും അകമ്പടിയും പൂത്താലങ്ങളോടെ രാജകിങ്കരന്മാർ മുമ്പിലും പിറകിലും കുന്തങ്ങളുമായുള്ള അഭ്യാസപ്രകടനങ്ങളും എല്ലാം ഒരു ഉത്സവ പ്രതീതിയാണെന്നും ഇടയ്ക്കിടയ്ക്ക് ഈ യാത്ര സാധുജനങ്ങൾക്ക് വലിയ കഷ്ടതയിൽ

ആയിട്ടുണ്ടെന്നും തമ്പുരാനെ അറിയിച്ച് പരിഹാരമുണ്ടാകാതെ വന്നപ്പോൾ ഒരുനാൾ പണിക്കരും കുറേ അനുയായികളും ഇളമുറ തമ്പുരാൻ യാത്ര തുടങ്ങിയപ്പോൾ പണിക്കരും സംഘവും മറുദിശയിൽ നിന്നും യാത്ര ആരംഭിച്ച് ഇരുകൂട്ടരും കാണാവുന്ന അകലമായപ്പോൾ നാലഞ്ചു നായർ സേവകർ ഓയ് ... ഓയ്... വിളി തുടങ്ങി. തിരിച്ച് അങ്ങോട്ട് പണിക്കരുടെ സഹപാഠികൾ ഓയ്.. ഓയ്... വിളി തുടങ്ങി. രാജാകിങ്കരന്മാരും പണിക്കരുടെ ചേകവന്മാരും തമ്മിൽ പൊരിഞ്ഞ അടിയും വാൾവീശലും തുടങ്ങി. ഇതിനിടയിൽ ഇളമുറതമ്പുരാന്റെ കാൽ ഒടിഞ്ഞു. ഇരുകൂട്ടർക്കും പരിക്കുകളുണ്ടായി.

കൊച്ചുതമ്പുരാന്റെ കാല് ഒടിഞ്ഞതോടെ രാജകിങ്കരന്മാർ തമ്പുരാനേയും കൊണ്ട് സ്ഥലം വിട്ടു. ഈ സംഭവം വലിയ കോളിളക്കം സൃഷ്ടിച്ചു. പണിക്കരോടും കൂടെയുണ്ടായിരുന്ന മുപ്പതിൽപ്പരം പേരുകാരുടെയും പേരിൽ കേസ് അറസ്റ്റ് വാറണ്ടുമായി വർഷങ്ങൾ നീണ്ടുനിന്നു.

കൊല്ലം കോടതിയിൽ നടന്നു വന്ന കേസ് 1867 ജനുവരി 12 നാണ് വിധിയുണ്ടായത്. വേലായുധ പണിക്കർ ഉൾപ്പെടെ പന്ത്രണ്ടാം പ്രതികൾക്ക് വരെ ഒരു വർഷത്തെ ജയിൽ ശിക്ഷയും ബാക്കി പ്രതികൾക്ക് ആറു മാസം വീതം കഠിന തടവും പരസ്യമായ പന്ത്രണ്ടി ചാട്ടവാറടിയുമായിരുന്ന കൊല്ലം കോടതിയുടെ വിധി.

വേലായുധപ്പണിക്കരുടെയും മറ്റും ജയിൽ മോചനം 1868 ജനുവരി 10 ന് വലിയ ഒരു ആഘോഷമാക്കാൻ കൊല്ലംകാരൻ കൃഷ്ണാനാശാനും കൂട്ടരും തീരുമാനിച്ച് രാവിലെ 11 മണിയോടെ ആനയും അമ്പാരിയും ആർപ്പുവിളികളും പഞ്ചവാദ്യങ്ങളും പടക്കവുമൊക്കെയായി കൊല്ലം മുതൽ ആറാട്ടുപുഴ മല്ലശ്ശേരി തറവാട് വരെ തോടിന്റെ ഇരുവശങ്ങളിലും വിവിധ പ്രദേശങ്ങളിൽ നിന്നും വന്നവരും നാട്ടുകാരും കൂട്ടുകാരും തൊഴുകൈയ്യോടെ പണിക്കരെ വരവേറ്റു.

പണിക്കർക്ക് കിട്ടിയ ഈ സ്വീകാര്യത രാജകൊട്ടാരം വരെ ചർച്ചാ വിഷയമായി. ഇതിനിടയിൽ ഈഴവർക്ക് സഞ്ചാരസ്വാതന്ത്ര്യം നൽകികൊണ്ടുള്ള ഉത്തരവും ഇറങ്ങിയിരുന്നു. വേലായുധപ്പണിക്കർക്ക് ഒരു വർഷശിക്ഷയാണ് കോടതി വിധിച്ചത്. സഹപാഠികൾക്ക് പല രീതിയിലുള്ള ശിക്ഷ അനുഭവിക്കേണ്ടി വന്നു. ഈ വിഷയം പണിക്കരും രാജാകുടുംബവുമായുള്ള അകൽച്ചയ്ക്ക് കാരണമായി.

കായൽ കൊള്ളക്കാരും പണിക്കരും

കൊല്ലവർഷം 1044 ആടി മാസത്തിൽ ആറുവർഷത്തിൽ ഒരിക്കൽ നാടിനും പ്രജകൾക്കും ഐശ്വര്യത്തിനായി തിരുവിതാംകൂർ രാജകുടുംബം നടത്തിവരുന്ന മുറജപത്തിൽ പങ്കെടുക്കുവാൻ തന്ത്രി മുഖ്യൻ തരുന്ന നല്ലൂർ നമ്പൂതിരിയും സംഘവും കൊണ്ടുവന്ന സാളഗ്രാം കായംകുളം ഭാഗത്ത് വെച്ച് കൊള്ളയടിക്കപ്പെട്ടു. ഈ വിവരം അറിഞ്ഞതോടെ മഹാരാജാവ് പേഷ്ക്കാരുടെ മേൽനോട്ടത്തിൽ ആവിശ്യമായ എല്ലാ സന്നാഹവും ആയി തസ്കരന്മാരെ പിടിച്ച് തന്റെ മുമ്പിൽ ഹാജരാക്കുവാൻ കൽപ്പന നൽകി.

മാസങ്ങൾ അന്വേഷണം നീണ്ടതല്ലാതെ തസ്കരന്മാരെ പറ്റി ഒരു തുമ്പും കിട്ടിയില്ല. ദുഃഖിതരായ രാജകുടുംബം ശ്രീപത്മനാഭന് എന്തെങ്കിലും അസംതൃപ്തിയുണ്ടായോ എന്ന ഭയത്തിൽ കഴിയവേ, രാജമാതാവിന്റെ മനസ്സിൽ ആരോ പറഞ്ഞതുപോലെ ആറാട്ടുപ്പുഴ വേലായുധനെ ചുമതലപ്പെടുത്താൻ. വിവരം പുത്രനെ രാജമാതാവും അറിയിച്ചു. ഈഴവർക്ക് രാജ്യകാര്യങ്ങളിൽ ഒന്നും ചുമതല നൽകരുത് എന്ന നിയമമിരിക്കേ ഈ കാര്യം ഒരു അവർണ്ണനെ എങ്ങനെ ചുമതലപ്പെടുത്തും എന്ന് ആലോചനയുടെ അവസാനം വേലായുധപ്പണിക്കരെ സാളാഗ്രാം കണ്ടെത്താനുള്ള ചുമതല നൽകാനായിരുന്ന രാജകൽപ്പന.

ദൂതൻ മുഖേന രാജകൽപ്പന പണിക്കരെ അറിയിച്ചു. കൽപ്പന പ്രകാരം 'നാം ശ്രമിക്കാം' എന്ന് മറുപടി പറഞ്ഞ് പണിക്കർ ദൂതനെ ആ ഓല ഏൽപ്പിച്ചു.

ഒരുദിവസം നീണ്ട ആലോചനയ്ക്ക് ശേഷം പണിക്കർ തന്റെ ഏറ്റവും അടുത്ത വിശ്വസ്തനെ വിളിച്ച് രാജകൽപ്പനയെ പറ്റി വിശദമായി ചർച്ച ചെയ്തു. മടങ്ങിപ്പോയ അയാൾ കുറച്ച് ദിവസങ്ങൾക്ക് ശേഷം തിരികെയെത്തി. പണിക്കരുമായി ചർച്ച ചെയ്തെടുത്ത തീരുമാനപ്രകാരം ഒരു മിന്നൽ ആക്രമണത്തിലൂടെ സാളഗ്രാം കൈവശമാക്കി. ഒപ്പം തസ്ക്കരന്മാരേയും കൊട്ടാരത്തിലെത്തിച്ചു. അതിശയത്തോടും അത്ഭുതത്തോടും രാജാവ് പണിക്കരെ നോക്കി. തൽക്ഷണം രാജമാതാവ് കൊണ്ടുവന്ന രണ്ട് വീരശൃംഖലയും രാജാവും രാജമാതാവും ചേർന്ന് ആറാട്ടുപുഴ വേലായുധപ്പണിക്കരുടെ ഇരു കൈകളിലും അണിഞ്ഞു. ഒപ്പം കുടുംബ പാരമ്പര്യമായ തലപ്പാവ് അണിയാനുള്ള അവകാശവും നൽകി.

ഇതറിഞ്ഞ് നാട്ടുകാർ ആഹ്ലാദിച്ചപ്പോൾ ഒരു ന്യൂനപക്ഷത്തിന് അമർഷവും ഉണ്ടായി.

തമ്പ്രാകട്ടിൽ

തൊടുപുഴ, മീനച്ചിൽ, കോട്ടയം, തിരുവല്ല, കോഴഞ്ചേരി, മാവേലിക്കര, കുട്ടനാട്, കാർത്തികപ്പള്ളി തുടങ്ങിയ പ്രദേശങ്ങളായിരുന്നു തമ്പ്രാൻ കട്ടിലിന്റെ ശക്തികേന്ദ്രങ്ങൾ. ഈ പ്രദേശങ്ങളിൽ വേലായുധപണിക്കരും കൂട്ടുകാരുമായിപ്പോയി കട്ടിലിടുന്നത് ഇഷ്ടമല്ലാത്തവരുടെ കൂരകളിൽ കിടന്ന കട്ടിലുകൾ തല്ലിഒടിച്ചിട്ട് മേലിൽ ഈ പ്രവൃത്തികൾക്ക് ഇവിടെ വന്ന് ശല്യം ചെയ്യുന്നവരുടെ അവയവും മുറിച്ച് മാറ്റും. ഇത് ആറാട്ടുപുഴ വേലായുധപ്പണിക്കരുടെ മുന്നറിയിപ്പാണ്. പരസ്യപ്രഖ്യാപനം നടത്തി. ഇതിനുശേഷം കട്ടിൽ ഇടീൽ കുറഞ്ഞു എങ്കിലും ചിലർക്കും അനുഭവം ഉണ്ടായി.

അടിമകച്ചവടം

കുലശേഖര ഭരണകാലത്തോട് രാജ്യം പല പ്രാവശ്യം നാടുവാഴികളെ ഭരണം ഏൽപ്പിച്ച് ഇതോടെ നിലനിന്നുവന്ന ഭരണസമ്പ്രാദായത്തിൽ പല മാറ്റങ്ങളും വന്ന് തുടങ്ങി. ഭണ്ഡാര (ട്രഷറി ഓഫീസർ) ഖജനാവ് നിറയ്ക്കൽ ഉൾപ്പെടെ പുതിയ അനവധി നികുതികൾ ഏർപ്പെടുത്തി. തലക്കരം, മരക്കരം, കയറ്റക്കരം, ചെത്തുകരം, മേനിക്കരം, അവയവക്കരം, അടിമയെ വാങ്ങണം എങ്കിലും വിൽക്കണമെങ്കിലും കരം തുടങ്ങി അനവധി കരങ്ങൾ പുതിയ രീതിയിൽ പരിഷ്ക്കരിച്ചു.

19-ാം നൂറ്റാണ്ടോടുകൂടി ഇത് ശക്തിയായി തുടങ്ങി. അടിമകളെ കമ്പോളത്തിൽ ആവശ്യത്തിന് കിട്ടാതെ വരുമ്പോൾ കുടിലുകളിലും പന്തകളിലും (കൃഷിസ്ഥലത്ത് താമസിക്കുവാൻ നിർമ്മിക്കുന്ന കുടിൽ) പോയി വിലയ്ക്ക് വാങ്ങി തമ്പ്രാക്കൾക്ക് കൊടുത്ത് പണം വാങ്ങിക്കുന്നവരുടെ എണ്ണം കൂടി വന്നിരുന്നു. ഈ നീചപ്രവർത്തികൾക്ക് എതിരെ പണിക്കരും കൂട്ടുകാരും ശക്തമായ നിലപാട് സ്വീകരിച്ചു.

ചില ഇടനിലക്കാരെ കൈകാര്യം ചെയ്ത് മേച്ചോരി കോയാ, ഇട്ടിയിൽ അമ്പു, കോലത്ത് മാപ്പിള പോലെയുള്ളവർ സംഘം ചേർന്ന് പണിക്കരേയും സംഘത്തേയും നേരിടാൻ തയ്യാറായി. പോലീസ് അവർക്കും അനുകൂലമായിരുന്നു. പിന്നിൽ നമ്പ്യാർമഠക്കാരും മറ്റ് പല മഠക്കാരുമുണ്ടായിരുന്നു.

തുടങ്ങിയ മഠാധിപതിമാർ പണിക്കർക്കും കൂട്ടർക്കും എതിരെ ഇക്കൂട്ടർ രാജാക്കന്മാരെക്കൊണ്ട് ശക്തമായ നടപടികൾ സ്വീകരിപ്പിച്ചെങ്കിലും ഈ നടപടിയ്ക്ക് വലിയ മാറ്റം വരുത്താൻ കഴിഞ്ഞില്ല. പണിക്കരുടെ മരണം സംഭവിച്ചില്ലായിരുന്നെങ്കിൽ, പുലപ്പേടി,

മണ്ണാപോടി പ്രോത്സാഹിപ്പിക്കുന്നത് വിജയിക്കുമായിരുന്നു.

തെക്കൻ കേരളത്തിൽ ബ്രാഹ്മണ ഇല്ലങ്ങളിൽ കുടുംബത്തിൽ എല്ലാ സഹോദരങ്ങളും കൂടി മൂത്ത സഹോദരനെ വേളികഴിപ്പിച്ച് കൂട്ടുകുടുംബമായി താമസിച്ചുവന്നു.

നമ്പൂതിരി ഇല്ലങ്ങളിലാണെങ്കിൽ ഒരാൾ വേളി കഴിക്കും മറ്റുള്ളവർ മറ്റു സമുദായങ്ങളിലെ സ്ത്രീകളുമായി സംബന്ധം കൂടാൻ അനുവാദവും നാട്ടിൽ ഉണ്ട്.

കാർത്തികപ്പള്ളി രാജ്യത്ത് പുരുഷന്റെ ഇച്ഛയ്ക്ക് വഴങ്ങാത്ത സ്ത്രീയെ വധിക്കാൻ പുരുഷനും അനുവാദം നൽകിയിരുന്നു. നാടുവാഴിക്കാലത്ത് പടയാളികൾ കൂടുതലും നായർ യുവാക്കളായിരുന്നു. മറ്റ് തൊഴിലുകൾക്ക് ഒന്നും അവർ പോകുമായിരുന്നില്ല. ആയതുകൊണ്ടുതന്നെ ഓലപ്പുരയല്ലാതെ അക്കാലത്ത് അവർക്കുണ്ടായിരുന്നില്ല.

ഈഴവരിലും മറ്റ് പിന്നോക്കക്കാരിലും ധാരാളം സമ്പന്നരുണ്ടായിരുന്നു. കാരണം വിദ്യാഭ്യാസത്തിലും (സംസ്കൃതം), കൃഷി, കച്ചവടം, നെയ്ത്ത്, വൈദ്യം, ആയോധനകലകൾ മാത്രമല്ല ചേരരാജാക്കന്മാരുടെ ഭരണകാലത്ത് പ്രധാന സ്ഥാനമാനങ്ങൾ വഹിച്ചിരുന്നവരും ഈഴവരായിരുന്നു. സവർണ്ണ-അവർണ്ണ പട്ടിക തിരിച്ചപ്പോൾ ശൂദ്രർ സവർണ്ണപട്ടികയിലും ഈഴവർ അവർണ്ണപട്ടികയിലുമായി. ആര്യന്മാർ ആരംഭിച്ച മ്ലേച്ഛമായ പ്രവൃത്തിഇപ്പോഴും തുടരുന്നു.

അനുസരണയില്ലാത്ത നായർ സ്ത്രീകളെ ചൊൽപ്പടിക്ക് നിർത്താൻ തമ്പുരാക്കൾ ഒരു നിയമം കൊണ്ടുവന്നിരുന്നു. ചില മാസങ്ങളിൽ നായർ സ്ത്രീകളെ കല്ലുകൊണ്ടോ കമ്പുകൊണ്ടോ അവരെ എറിഞ്ഞ് കൊള്ളിച്ചാൽ ആ സ്ത്രീയെ സമുദായത്തിൽ നിന്നും ഭ്രഷ്ട് കൽപ്പിക്കും അവൾ പിന്നെ എറിഞ്ഞ ചെറുമന്റെ കൂടെ ജീവിച്ചുകൊള്ളണം. ഈ നിയമം നാട്ടിൽ കൂടുതലായി നടപ്പിലാക്കാൻ വേലായുധപ്പണിക്കർ ചെറുമാന്മാരെ പ്രോത്സാഹിപ്പിച്ച് വന്നു. ഇത് മനസ്സിലാക്കിയ നാട്ടുവാഴികൾ മറ്റൊരുനിയമം കൊണ്ടുവന്നു.

മേൽജാതി സ്ത്രീയും ചെറുമാന്മാരുമായി സംബന്ധം കൂടിയാൽ മാറാരോഗങ്ങൾക്ക് ഇടവരും എന്നതിനാൽ അങ്ങനെയുള്ളവരെ വധശിക്ഷയ്ക്ക് വിധേയരാക്കാവുന്നതാണ്. ഇതിനെതിരെ വേലയുധപണിക്കരും സംഘവും ചെറുവാന്മാരുടെ കൂട്ടായ്മ സംഘടിപ്പിച്ച് വന്നിരുന്നു.

പണിക്കരുടെ കൊലപാതകം

ശത്രുവലയം കൂടിക്കൂടി വരുന്ന കാര്യം പലരും പലപ്പോഴും കാരണവർ ഉൾപ്പെടെ പണിക്കരെ ഓർമ്മപ്പെടുത്തുമെങ്കിലും ധീരനായ പണിക്കർ ആരേയും കൂസാതെ നടക്കുന്ന സ്വഭാവക്കാരനായിരുന്നു. 1874 ജനുവരി 3 ന് ഒരു കേസുമായി ബന്ധപ്പെട്ട് രാത്രി വള്ളത്തിൽ കൊല്ലത്തേയ്ക്കുള്ള യാത്രയിൽ കായംകുളം ഭാഗത്തു വച്ച് ഒരുകൂട്ടം ആൾക്കാർ മറ്റൊരു വള്ളത്തിൽ എത്തി പണിക്കർ യാത്ര ചെയ്തിരുന്ന വള്ളത്തിൽ ചാടിക്കയറി ഉറങ്ങിക്കിടന്ന പണിക്കരെ കഠാര കൊണ്ട് കുത്തി കൊലപ്പെടുത്തുകയായിരുന്നു.

നെഞ്ചിൽ തറച്ച കത്തിയുമായി ചാടി എഴുന്നേറ്റെങ്കിലും അക്രമികൾ ആറ്റിൽ ചാടി രക്ഷപ്പെടുകയായിരുന്നു എന്നാണ് കിട്ടിയ അറിവ്.

അടുത്ത ദിവസം രാവിലെ പരിസരവാസികൾ കല്ലശ്ശേരിയിലും അറയ്ക്കലും അറിയിച്ചതോടെ കാർണ്ണവർ ചേകവരുമായി സ്ഥലത്ത് എത്തി പോലീസിലും മറ്റ് ബന്ധപ്പെട്ടവരേയും അറിയിച്ചു. പോലീസ് എത്തി മൃതദേഹം കരയ്ക്കെടുത്തു. മഹസർ തയ്യാറാക്കി പലരോടും ചോദ്യങ്ങൾ ചോദിച്ചു. അറയ്ക്കൽ കളരിയിൽ പണിക്കർക്കൊപ്പം പഠിതാവായിരുന്ന തൊപ്പിയിട്ട കിട്ടനാണ് കൊല നടത്തിയത് എന്നാണ് പോലീസിന്റെ കണ്ടെത്തൽ. ക്ഷുഭിതരായ നാട്ടുകാരും ശത്രുപക്ഷക്കാരുമായി പലയിടത്തും ഏറ്റുമുട്ടലുകൾ ഉണ്ടായി. കേസുകളിലും ഏറ്റുമുട്ടലുകളിലുമായി ഏതാണ്ട് അമ്പതിലധികം പേർ പോലീസ് മർദ്ദനത്തിനും പത്തിലധികം കേസുകളിൽ പ്രതികളുമായി. ഈ വിഷയത്തിൽ ഏറ്റവും കൂടുതൽ ത്യാഗം സഹിക്കേണ്ടി വന്നത് അറയ്ക്കൽക്കാർക്കായിരുന്നു.

കേസുകളുടെ വിചാരണ കൊല്ലം ഡിവിഷണൽ ദോഷക്കാർ രാമരാജരാണ് നടത്തിയത്. തെളിവില്ലെന്ന് പറഞ്ഞ് കേസ് തള്ളിക്കളഞ്ഞു. സവർണ്ണ ജാതിക്കാരാണ് ഇതിന്റെ പിന്നിൽ പ്രവർത്തിച്ചത് എന്ന് എല്ലാവർക്കും അറിയാമെങ്കിലും ബന്ധുക്കൾക്കോ അനുചരന്മാർക്കോ അത് തെളിയിക്കാൻ കഴിഞ്ഞില്ല.

പടയൊരുക്കം

കുറച്ചുനാളുകൾക്ക് ശേഷം അറയ്ക്കൽക്കാർ പണിക്കരോടും താൽപ്പര്യമുള്ള ആറാട്ടുപുഴ, കാർത്തികപ്പള്ളി, കായംകുളം, കരുനാഗപ്പള്ളി, ചേർത്തല, കൈനകരി, പുറക്കാട്, അമ്പലപ്പുഴ, മാവേലിക്കര, തിരുവല്ല, കോഴഞ്ചേരി തുടങ്ങിയ പ്രദേശങ്ങളിൽ നിന്നും കുറച്ചുപേരെ വിളിച്ചുകൂട്ടി വേലായുധപണിക്കർ തുടങ്ങിവച്ച സൽപ്രവർത്തികൾ മുന്നോട്ടുകൊണ്ടുപോകുന്നതിനെപ്പറ്റി നിങ്ങളുടെയൊക്കെ അഭിപ്രായം അറിയാൻ വേണ്ടിയാണ് ഇങ്ങനെ ഒരു ഒത്തുചേരൽ സംഘടിപ്പിച്ചത് എന്ന് മുഖവുരയായി പറഞ്ഞു.

ഓരോരുത്തരും ഭാവിപ്രവർത്തനത്തിന്റെ പല അഭിപ്രായങ്ങൾ പറഞ്ഞശേഷം വേലായുധപണിക്കർ തുടങ്ങിവച്ച ഈ നവോത്ഥാനപാതയിലൂടെ മുന്നോട്ട് പോകാം പക്ഷേ ഇതിന്റെ ചുക്കാൻ പിടിക്കേണ്ടത് അറയ്ക്കൽ തറവാടായിരിക്കണം അറിയിപ്പുകൾ ഇവിടെനിന്നുമാകണം എന്നും തീരുമാനിച്ചു.

അറയ്ക്കൽ കൂട്ടായ്മ എന്ന പേരിലായിരിക്കണം ഇത് അറിയപ്പെടേണ്ടത്. ഭാവിപ്രവർത്തനങ്ങളുടെ അറിയിപ്പുകൾ ഇവിടെനിന്നായിരിക്കണം എന്നും തീരുമാനിച്ചു. എല്ലാ പ്രദേശത്തുനിന്നും ഒരാളെ വീതം ചേർത്ത് എക്സിക്യൂട്ടീവ് കമ്മറ്റിയും അതാത് പ്രദേശത്ത് ഇവരുടെ ചുമതലയിൽ പ്രാദേശിക കമ്മറ്റികളും രൂപീകരിക്കാനും തീരുമാനമെടുത്തു.

ഇന്ന് പങ്കെടുത്തവരുടെ എല്ലാ പ്രദേശങ്ങളിൽ നിന്നും രണ്ടു യുവാക്കളെ വീതം സൗജന്യ കളരിപരിശീലനത്തിന് അയയ്ക്കണം അതോടൊപ്പം കൂട്ടായ്മയുട പേരിൽ പ്രദേശ വാർത്താ ബോർഡുകൾ പ്രദർശിപ്പിക്കണം. പണിക്കർ ആഗ്രഹിച്ചിരുന്ന നിശാപാഠശാലകളും ആരംഭിക്കണം.

മുദ്രാവാക്യങ്ങൾ അടങ്ങുന്ന പ്രദേശിക ബോർഡുകൾ ആവാം. അടിമ ചെറുമ അറിവുകൾ നേടൂ അടരാടാൻ, അത് ആയുധമാക്കും. തമ്പ്രാൻ എന്ന് വിളിക്കില്ല പാളയിൽ കഞ്ഞികുടിക്കില്ല. അന്യായ നികുതികൾ പിൻവലിക്കുക തുടങ്ങിയ മുദ്രാവാക്യങ്ങൾ എഴുതി പ്രദർശിപ്പിക്കണം എന്നും തീരുമാനിച്ച് പിരിഞ്ഞു. പ്രതീക്ഷിച്ച നിലയിലുള്ള പ്രതികരണങ്ങളാണ് തുടക്കത്തിൽതന്നെ ലഭിച്ചത്. മാത്രമല്ല പല പ്രദേശത്തും ചെറിയ ചെറിയ സമരങ്ങളും ആരംഭിച്ചു തുടങ്ങി.

കൊയ്ത്തിന് കൂലി നെല്ലുവേണം, തമ്പ്രാൻ കട്ടിൽ തല്ലി ഒടിക്കും, അമ്പലം ഞങ്ങൾക്കും തുല്യമാണ്, അവയവകരം, ഏണിക്കരം, തലക്കരം, മോനിക്കരം തുടങ്ങിയവ ഒഴിവാക്കുക എന്നു തുടങ്ങിയ വാർത്താബോർഡുകളും നാട്ടിൽ നിരന്നുതുടങ്ങി.

ഇതിനെ ചെറുക്കാൻ സവർണ്ണ കൂട്ടായ്മയും സജീവമായ ചില സ്ഥലങ്ങളിൽ സംഘടനങ്ങളും ചെറുത്ത് നിൽപ്പുണ്ടായി. അമ്പല പരിസരത്ത് അവർണ്ണർ പ്രവേശിക്കാൻ പാടില്ലാന്ന ബോർഡുകളും രാജാക്കന്മാരെക്കൊണ്ട് നികുതി പിരിവുകളും ശക്തമാക്കിച്ചതോടെ ജനങ്ങൾ ചെറുത്തുനിൽപ്പ് ആരംഭിച്ചു. അവയവകരം പിരിക്കാൻ വന്ന ഉദ്യോഗസ്ഥന്റെ കയ്യിൽ ചേർത്തലക്കാരി നാണി തന്റെ മാറിടം മുറിച്ച് കൊടുത്തിട്ട് തന്നെ അവയവകരത്തിൽ നിന്നും ഒഴിവാക്കാൻ പറഞ്ഞ നാടാണിത്. പിൽക്കാലത്ത് നാണിയുടെ വീട്ടുപേർതന്നെ മുലച്ചിപറമ്പ് എന്നായി.

ചെറുതും വലുതുമായ സമരങ്ങൾ ഉയർന്നുവരുന്നതോടെ ഈഴവരെ ഉപദ്രവിക്കാൻ ഭരണാധികാരികളും മാടമ്പിമാരും മുതിർന്നപ്പോൾ പിടിച്ചുനിൽക്കാൻ നിവൃത്തിയില്ലാതെ ഈഴവർ ക്രിസ്തുമതത്തിലേയ്ക്കും ഇസ്ലാംമതത്തിലേയ്ക്കും പരിവർത്തനം നടത്തി തുടങ്ങി? ഇത് അവർക്ക് രണ്ടുകൂട്ടർക്കും ഇഷ്ടമായിരുന്നു. എന്നാൽ ഇത് ഭാവിയിൽ വലിയ ഭവിഷ്യത്ത് ആകും എന്ന് കൂട്ടായ്മയുടെ അറിയിപ്പ് അവർണ്ണ വിഭാഗത്തിന് ആകെ ഒരു പുനർചിന്തനത്തിന് വഴി തെളിഞ്ഞു.

ഇതോടെ ഈഴവ-പുലയ വിഭാഗങ്ങൾ ഉൾപ്പെടെ അവർണ്ണ ഹിന്ദു കൂട്ടായ്മകൾ പലയിടത്തും രൂപംഎടുത്തു.

ഇതിന്റെ പിന്നിൽ ഡോ. പൽപ്പു, ടി.കെ. മാധവൻ, കൃഷ്ണൻ വൈദ്യർ, സഹോദരൻ അയ്യപ്പൻ, മറ്റുചില കുടുംബക്കാർ തുടങ്ങി പലരുടെയും പ്രവർത്തനങ്ങൽ ഉണ്ടായിരുന്നു.

മെമ്മോറാണ്ടം

1891 ൽ ഡോ. പൽപ്പു, ബാരിറ്റർപിള്ള, കെ.സി. ശങ്കരമേനോൻ തുടങ്ങിയവരുടെ നേതൃത്വത്തിലുള്ള മലയാളി മെമ്മോറിയലിന്റെ പ്രവർത്തനവും, ഡോ. പൽപ്പുവിന്റെ നേതൃത്വത്തിൽ ഈഴവ മെമ്മോറിയലിന്റെ പ്രവർത്തനവും ഒപ്പം പുലയ - ഈഴവ കൂട്ടായ്മയും സജീവമാകാനും തുടങ്ങി.

1903 ലെ എസ്.എൻ.ഡി.പി രൂപീകരണവും 1912 അയ്യങ്കാളിയുടെ പുലയ മഹാസഭയും 1914 ൽ മന്നത്ത് പത്മനാഭൻ രൂപീകരിച്ച എൻ.എസ്.എസ് പ്രസ്ഥാനം, മുസ്ലീം നവോത്ഥാനം ലക്ഷ്യമിട്ടുകൊണ്ടുള്ള നാനാ ഉല്ലാ മുക്തിതങ്ങളുടെ പ്രവർത്തനങ്ങളും, ക്രിസ്ത്യൻ മിഷനറിമാരുടെ വിദ്യാഭ്യാസരംഗത്തെ പ്രവർത്തനങ്ങളും, വി.ടി. ഭട്ടതിരിപ്പാടിന്റെ അടുക്കളയിൽനിന്നും അരങ്ങത്തേയ്ക്ക് എന്ന സാഹിത്യകൃതിയും, കുമാരനാശാന്റെ സാവിത്രിയും, ചണ്ഡാലഭിക്ഷുകിയും തുടങ്ങിയ സാഹിത്യകൃതികളും അവർണ്ണരുടെ ഉയർത്തെഴുന്നേൽപ്പിന് ഇന്ധനം പകർന്നു.

സാവിത്രി അന്തർജ്ജനത്തിന്റെ "ഇല്ലില്ലാ ഞാനെന്റെ കാലം നയിക്കുമീ പുല്ലുമാടത്തിൽ പുലകിയായി താൻ; അല്ലൽ മറന്നു ചെറുമികളോടൊത്ത് എല്ലാ പണികളും ശീലിച്ചിടും" എന്ന ഈരടികളും "നെല്ലിൻചുവട്ടിൽ കിളിർക്കുന്ന കാട്ടുപുല്ലല്ല, സാധുപുലയൻ "എന്ന ഈരടിയും ചെറുമന്മാരിലും ചെറുമികളിലും അത്ഭുതകരമായ മാറ്റംവരുത്തി.

റ്റി.കെ.മാധവനും അയ്യൻകാളിയും കൂടി കുട്ടനാട്ടിൽ ചേന്നംകേരിയിൽ കർഷക തൊഴിലാളികളെ സംഘടിപ്പിച്ചുകൊണ്ട് ഉയർത്തിയ മുദ്രാവാക്യങ്ങളും പണിക്ക് കൂലി, ചക്കകുരുവും പതിരുംവേണ്ട നെല്ലും ചക്രോം തന്നേ തീരൂ, തമ്പ്രാൻ കട്ടിൽ തല്ലി ഒടിക്കും തുടങ്ങിയ മുദ്രാവാക്യങ്ങൾ പാടശേഖരങ്ങളിൽ കൊടുംകാറ്റ് പോലെ വീശിയടിച്ചു തുടങ്ങി.

റ്റി.കെ. മാധവന്റെ ബാല്യകാല സ്വപ്നം

റ്റി.കെ. മാധവന്റെ പിതാവിൽ നിന്നും കിട്ടിയ അറിവുകളിൽ പ്രധാനപ്പെട്ടതായിരുന്നു ആറാട്ടുപുഴ വേലായുധപണിക്കരുടെ ശിവപ്രതിഷ്ഠയും സമത്വത്തിനുള്ള പോർമുഖങ്ങളും തുടർന്നുണ്ടായ അനുഭവങ്ങളും.

അതിനുശേഷം 34 വർഷങ്ങൾക്ക് ശേഷം ശ്രീനാരായണഗുരു നടത്തിയ അരുവിപ്പുറം ശിവപ്രതിഷ്ഠയുടെ ചരിത്രവും മനസ്സിൽവച്ചുകൊണ്ടുനടന്ന റ്റി.കെ. ഒരുനാൾ ഗുരുവിനോടും ക്ഷേത്രങ്ങളുടെ അവർണ്ണ നിരോധിത ബോർഡുകൾ എടുത്ത് മാറ്റി പ്രവേശനം ആരംഭിച്ചാലോ എന്ന് ചോദിച്ചപ്പോൾ ഗുരു പറഞ്ഞത് വിളയാതെ പഴുക്കുന്ന പഴത്തിന് രുചിയുണ്ടാകില്ല എന്നാണ്.

ഗുരു പറഞ്ഞതിന്റെ പൊരുൾ മനസ്സിലാക്കിയ റ്റി.കെ. അന്നുമുതൽ സവർണ്ണരിലെ നവോത്ഥാന തല്പരരേയും ബുദ്ധിജീവികളേയും സ്വാതന്ത്ര്യ സമരപോരാളികളേയും ഒപ്പം ചേർക്കുക എന്ന ലക്ഷ്യത്തോടുകൂടിയുള്ള പ്രവർത്തനത്തിൽ സജീവമായി ഗാന്ധിജി തിരുനൽവേലിയിൽ വരുന്നതറിഞ്ഞ് അവിടെ എത്തിയ റ്റി.കെ.യെ കണ്ട ഗാന്ധിജി തോളിൽ തട്ടിക്കൊണ്ട് എന്താണ് അങ്ങ് വന്ന ഉദ്ദേശം. റ്റി.കെ. പറഞ്ഞു തിരുവിതാംകൂറിലെ നമ്മുടെ പ്രവർത്തനങ്ങൾക്ക് ശക്തി പകരാൻ അയ്ത്തോച്ചാടന പ്രക്ഷോഭങ്ങൾകൂടി ഉൾപ്പെടുത്തുവാൻ അങ്ങയുടെ അഭിപ്രായത്തിനും അനുവാദത്തിനുംവേണ്ടിയാണ്.

പെട്ടെന്ന് ഗാന്ധിജി ശിവഗിരിയാത്രയും ശ്രീനാരായണഗുരുവുമായുള്ള കൂടിക്കാഴ്ചയും, തിരുവിതാംകൂറിലെ ഉച്ചനീചത്വങ്ങളെപ്പറ്റി സംസാരിച്ചതും എല്ലാം ഓർമ്മ വന്നപോലെ. പറഞ്ഞു, അടുത്ത് കൂടുന്ന കോൺഗ്രസ്സ് സമ്മേളനത്തിൽ മാധവൻതന്നെ അയ്ത്തോച്ചാടന പ്രമേയം അവതരിപ്പിക്കുക എന്ന് പറഞ്ഞു പിരിഞ്ഞു.

കോൺഗ്രസ്സിന്റെ 1923 ൽ നടന്ന കാക്കിനട സമ്മേളനത്തിൽ റ്റി. കെ. അയിത്തോച്ചാടന പ്രമേയം അവതരിപ്പിച്ചു പാസ്സാക്കി. ക്ഷേത്രപ്രവേശന സമരത്തിനുവേണ്ടിയുള്ള ആലോചനായോഗവും തീയതിയും പരിപാടികളും പ്ലാൻ ചെയ്യാൻ റ്റി.കെ. കൺവീനർ, കെ.കേളപ്പൻ, കെ.മാധവൻനായർ, എ.കെ.പിള്ള, കെ.പി.കേശവമേനോൻ തുടങ്ങിയവരുടെ ഒരു കമ്മറ്റിയും രൂപീകരിച്ചു.

സമരവേദിയായ ക്ഷേത്രം തെരഞ്ഞെടുക്കുന്നതിൽ ആറാട്ടുപുഴ വേലായുധപ്പണിക്കർ, വേദപാഠം പഠിച്ച വൈക്കം ക്ഷേത്രം തന്നെയായിരിക്കണം എന്ന് റ്റി.കെ.യ്ക്ക് നിർബന്ധമുണ്ടായിരുന്നു. അങ്ങനെയാണ് 1924 മാർച്ച് 30 ന് അയ്ത്തോച്ചാടനത്തിന് എതിരെ നവോത്ഥാന പ്രസ്ഥാനങ്ങളും കോൺഗ്രസും യോജിച്ച് പ്രക്ഷോഭത്തിലേയ്ക്ക് എത്തിയത്.

വൈക്കം സത്യാഗ്രഹം ആരംഭം

ഒന്നാംദിവസം കുഞ്ഞാപ്പി–ബാഹുലേയൻ–ഗോവിന്ദപിള്ള എന്നിവരെ പോലീസ് തടഞ്ഞു. പിള്ളയെ കയറാൻ അനുവദിച്ചെങ്കിലും പിള്ള കയറിയില്ല. ദിവസവും അറസ്റ്റും സത്യാഗ്രഹവും നടന്നുവന്നു. ഏപ്രിൽ 7 ന് റ്റി.കെ.മാധവനും കെ.പി.കേശവമേനോൻ

ഉൾപ്പെടെ അറസ്റ്റ് വരിച്ചു. ഏപ്രിൽ 18 ന് ഇ.വി.രാമസ്വാമി നായ്ക്കരും ഭാര്യ നാഗമ്മയും അറസ്റ്റ് വരിച്ചു. പഞ്ചാബിൽനിന്ന് വന്ന ജോഗീന്ദ്രസിംഗും അറസ്റ്റ് വരിച്ചു. തമിഴ്നാട്ടിൽ നിന്നും പഞ്ചാബിൽ നിന്നും നൂറുകണക്കിന് വാളന്റിയർമാർ വന്നുകൊണ്ടിരുന്നു.

നവംബർ ഒന്നിന് എൻ.എസ്.എസ് ജനറൽ സെക്രട്ടറി മന്നത്ത് പത്മനാഭൻ വൈക്കത്തനിന്നും തിരുവനന്തപുരത്തേയ്ക്ക് ജാഥ ആരംഭിച്ചു. നാഗർകോവിൽനിന്നും എം.പെരുമാൾ നായിഡു ക്യാപ്റ്റനായുള്ള ജാഥ വൈക്കത്തേയ്ക്കും രണ്ടു ജാഥകളും തിരുവനന്തപുരത്തുവച്ച് സംഗമിച്ചു നവംബർ 12 ന് റെജിമെന്റ് സേതുലക്ഷ്മിഭായിക്കും 20,000 പേർ ഒപ്പിട്ട മെമ്മോറാണ്ടം കൊടുത്തു.

ഗാന്ധിജി ക്ഷേത്ര ഊരാൺമാരെകണ്ട് സംസാരിക്കാൻ ഇണ്ടംതുരുത്തി മനയിൽ എത്തി. ദേവൻ നീലകണ്ഠൻ നമ്പൂതിരിക്ക് ഉത്തരം മുട്ടിയപ്പോൾ കോടതി, ക്ഷേത്രവും റോഡും പൊതുജനങ്ങൾക്ക് തുറന്ന് കൊടുത്താൽ ഞങ്ങൾ ക്ഷേത്രവും റോഡും ഉപേക്ഷിക്കും എന്നാണ് ഗാന്ധിജിയോട് പറഞ്ഞത്. സെപ്റ്റംബർ 27 ന് ശ്രീനാരായണഗുരുവും സത്യാനന്ദസ്വാമിയും വൈക്കത്ത് എത്തി.

1925 ഫെബ്രുവരി 5 ന് തിരുവിതാംകൂർ നിയമസഭയിൽ എസ്.എൻ.ഡി.പി ജനറൽ സെക്രട്ടറി കുമാരനാശാൻ അവതരിപ്പിച്ച പ്രമേയത്തിൽ തിരുവിതാംകൂറിലെ എല്ലാ ക്ഷേത്രങ്ങളും റോഡുകളും എല്ലാവിഭാഗം പ്രജകൾക്ക് സഞ്ചാരസ്വാതന്ത്ര്യം നൽകണം എന്ന് ഈ കൗൺസിൽ ഗവൺമെന്റിനോട് ശുപാർശ ചെയ്യുന്നു. ഫാ.സിറിയക്ക് വെട്ടിക്കാപ്പിള്ളിയും കെ.സി.മാമ്മൻ മാപ്പിളയും പിൻതാങ്ങി. പ്രമേയം വോട്ടിന് ഇട്ടപ്പോൾ ഒരു വോട്ടിന് പരാജയപ്പെട്ടു.

ഗാന്ധിജി പലവട്ടം നടത്തിയ ചർച്ചകൾക്ക് ശേഷം 1925 ജൂൺ 26 ന് ഗവൺമെന്റ് പ്രതിനിധി പോലീസ് കമ്മീഷണർമാരുമായി നടന്ന ചർച്ചയിൽ കിഴക്കേനട ഒഴിച്ച് ബാക്കി തുറന്ന് കൊടുക്കാം എന്ന് സമ്മതിച്ചെങ്കിലും സമരം പിൻവലിക്കുവാൻ തയ്യാറായില്ല. നവംബർ 23 ലെ ചർച്ചയിൽ എല്ലാനടയിൽക്കൂടിയും കയറാം എന്നും സമ്മതിച്ചു.

തുടർന്ന് സത്യാഗ്രഹസമിതി സെക്രട്ടറി കെ. കേളപ്പന്റെ സത്യാഗ്രഹം പിൻവലിക്കാനുള്ള അഭ്യർത്ഥനയോട് 608 ദിവസം നീണ്ടു നിന്ന സമരം അവസാനിപ്പിച്ചു.

സമരത്തിനിടയിൽ 1924 ഡിസംബർ 13 ന് ഭീകരമായ ഏറ്റുമുട്ടലിൽ ചിറ്റേടത്ത് ശങ്കുണ്ണിപിള്ള മരിച്ചു. (തിരുവിതാംകൂറിലെ മൂന്നാമത്തെ രാഷ്ട്രീയ രക്തസാക്ഷി) നൂറുകണക്കിന് വാളണ്ടിയർമാർക്ക് ഗുണ്ടകളുടെ ആക്രമണത്തിൽ കണ്ണും കാലും കൈ ഉൾപ്പെടെ നഷ്ടപ്പെട്ടു.

പാണാവള്ളി കൃഷ്ണൻവൈദ്യരുടെ "വരിക-വരിക-സഹജരേ പതിതരില്ല മനുജരിൽ" എന്ന സംഘഗാനം സമരവാളണ്ടിയർമാർ ഏറ്റെടുത്തത് മാത്രമല്ല നാടാകെ ഇത് ഹിറ്റായി മാറി.

ഇണ്ടംതുരുത്തിമനയിൽ ചർച്ചയ്ക്ക് പോയതോടെ ഗാന്ധിയെ പോലും വിളിപ്പാട് അകലെ നിർത്തിയപ്പോഴാണ് ഗാന്ധിജിയ്ക്ക് അയിത്ത ജീർണ്ണത പൂർണ്ണമായി ബോദ്ധ്യപ്പെട്ടു. ഇതിനുശേഷം മഹാത്മജി പങ്കെടുക്കുന്ന എല്ലാ പ്രഭാഷണങ്ങളിലും ഉച്ചനീചത്വമില്ലാത്ത, മതവൈര്യമില്ലാത്ത അനാചാരങ്ങളും അയിത്തവും ഇല്ലാതെ ഏവർക്കും തുല്യപങ്കാളിത്തമാണ് കോൺഗ്രസ്സിന്റെ ലക്ഷ്യമെന്ന മുദ്രാവാക്യം ഏറ്റെടുത്ത് യോജിച്ച് മുന്നോട്ട് നീങ്ങാമെന്ന ഗാന്ധിജിയുടെ അഭ്യർത്ഥന സ്വീകരിച്ച നേതാക്കളുടെ ഈ തീരുമാനം ജനങ്ങൾക്ക് ഒരു നവഉന്മേഷം പകർന്നു.

യോജിച്ച പ്രക്ഷോഭണങ്ങൾ

1930 ലെ ഉപ്പുസത്യാഗ്രഹം, 1931-32 ലെ ഗുരുവായൂർ സത്യാഗ്രഹം, 1932 നിയമലംഘന പ്രവർത്തനങ്ങൾ എല്ലാം വമ്പിച്ച വിജയം വരിച്ചു.

ക്രിസ്തീയ സമുദായ ദേശീയ പ്രക്ഷോഭത്തിലേയ്ക്ക്

1936 ൽ തൃശൂർ നഗരത്തിലെ വിദ്യുത്ച്ഛക്തി വിതരണം കൊച്ചിയിലെ ഒരു സ്വകാര്യ കമ്പനിയ്ക്ക് കൊടുക്കാൻ തീരുമാനിച്ചു. ഇതിൽ പ്രതിഷേധിച്ച് നടത്തിവന്ന സമരത്തോട് ഗവൺമെന്റ് എടുത്ത നിഷേധാത്മകമായ നിലപാടിൽ പ്രതിഷേധിച്ച് അവിടുത്തെ പ്രഗത്ഭ സമുദായമായ ക്രിസ്ത്യാനികൾ ദേശീയ പ്രസ്ഥാനത്തോട് ചേർന്ന സമരത്തിൽ പങ്കെടുത്ത് തുടർന്ന് നടന്ന സമരങ്ങളിലും സമുദായത്തിന്റെ പങ്കാളിത്വം പ്രകടമായിരുന്നു.

വേലായുധപണിക്കരുടെ തുടക്കവും ശ്രീനാരായണ ഗുരുവിലൂടെ വരുത്തിയ മാറ്റവും

1840 കളോടെ ആറാട്ടുപുഴ വേലായുധപണിക്കർ തുടങ്ങിവച്ചതും ശ്രീനാരായണ ഗുരു അരുവിപ്പുറത്ത് 1888 ലെ ശിവപ്രതിഷ്ഠയും 1903 ലെ എസ്.എൻ.ഡി.പി രൂപീകരണവും 1924 ലെ ആലുവായിലെ സർവ്വമത സമ്മേളനവും ഗുരുവിന്റെ മാനവികതയിൽ അധിഷ്ഠിതമായ ലോകവീക്ഷണവും ഡോ. പൽപ്പു ബാരിസ്റ്റർ എസ്.പി. പിള്ള, കെ.സി. ശങ്കരമേനോൻ, കുമാരനാശാൻ, റ്റി.കെ തുടങ്ങി അനവധി ബുദ്ധിജീവികളുമായുള്ള കൂട്ടായ്മകൾ 1912 അയ്യങ്കാളിയുടെ പുലയർ മഹാസഭ, 1914 മന്നത്ത് പത്മനാഭന്റെ നേതൃത്വത്തിൽ എൻ.എസ്.എസ് രൂപീകരണം, നാനാഉല്ലാമുക്തി തങ്ങളുടെ മുസ്ലീം മോചന പ്രസ്ഥാനം, ക്രിസ്ത്യൻ മിഷനറിയുടെ വിദ്യാഭ്യാസരംഗത്ത് മുന്നേറ്റങ്ങൾ ഇതല്ല കാണുന്ന ഭരണാധികാരികൾക്ക് കുമാരനാശാന്റെ 'മാറ്റുവിൻ ചട്ടങ്ങളെ സ്വയം അല്ലെങ്കിൽ മാറ്റുമതുകളാൽ നിങ്ങളെ താൻ' ഇതോടെ ഭരണങ്ങളിൽ മാറ്റത്തിന്റെ കാഹളം ഇവിടെ നിന്ന് തുടക്കം കുറിച്ചു.

1885–1924 ൽ ഭരണം നടത്തിയ ശ്രീമൂലം തിരുനാൾ രാമവർമ്മയുടെ കാലത്ത് കൃഷിരംഗം ശക്തിപ്പെടുത്തി വിദ്യാഭ്യാസരംഗത്ത് സമൂലമായ ഒരു മുറ്റം കൊണ്ടുവന്നു. അയിത്ത ജാതിക്കാരുടെ കുട്ടികൾക്ക് സർക്കാർ സ്കൂളിൽ പ്രവേശനം, വായനശാലകൾ, ചികിത്സാസൗകര്യങ്ങൾ, 1904 ൽ ശ്രീമൂലം പോപ്പുലർ അസംബ്ലിക്ക് തുടക്കം കുറിച്ചു (ഇന്ത്യയിലെ നാട്ടുരാജ്യങ്ങളിൽ ആദ്യമായി).

ശ്രീ ചിത്തിര തിരുനാൾ ഭരണം ഏറ്റെടുക്കുന്നു

1931 ൽ ശ്രീ ചിത്തിര തിരുനാൾ അധികാരമേറ്റതോടെ നിലനിന്ന് വന്ന ഭരണത്തിൽ കുറച്ചുകൂടി മാറ്റങ്ങൾ വന്നു തുടങ്ങി. 1934 ൽ ഇൻഷുറൻസ് കമ്പനി, ലേബർ കോടതി, 1936 നവംബർ 12 ക്ഷേത്രപ്രവേശനം അനുവദിച്ചു, 1937 ൽ സർവ്വകലാശാലകൾ രൂപീകരിച്ച് FACT, ജലവൈദ്യുതപദ്ധതികൾ (പള്ളിവാസൽ), KSRTC, ടെലിഫോൺ, വിമാനത്താവളം, റേഡിയോനിലയം, പ്രായപൂർത്തി വോട്ടവകാശം, ആയുർവേദ-അലോപ്പതി എഞ്ചിനീയറിംഗ് കോളേജുകൾ തുടങ്ങി അനവധി സ്ഥാപനങ്ങൾ ആരംഭിച്ചു. ഇതിന്റെ പിന്നിൽ ദിവാൻ സാർ സി.പി. രാമസ്വാമി അയ്യർക്ക് വലിയ പങ്കുണ്ട്.

കോൺഗ്രസ്സ് യോജിച്ച് പ്രവർത്തിക്കാൻ തീരുമാനിച്ചു.

മലബാർ–കൊച്ചി–തിരുവിതാംകൂർ എന്ന് മൂന്ന് ഗ്രൂപ്പുകളായി പ്രവർത്തിച്ചുവരുന്ന കോൺഗ്രസ്സ് 'യോജിച്ച് പ്രവർത്തനം' എന്ന ആശയം 1921 ൽ ഒറ്റപ്പാലത്ത് വച്ച് കൂടിയ സമ്മേളനത്തിലാണ് തുടക്കമിട്ടത്. 1938 ൽ ഇത് നടപ്പാക്കാൻ തീരുമാനിച്ചു.

കേരളത്തിൽ കമ്മ്യൂണിസ്റ്റ് പാർട്ടി രൂപമെടുക്കുന്നു.

1934 ൽ പാറ്റ്നയിൽവച്ച് കൂടിയ കോൺഗ്രസ്സ് സമ്മേളനത്തിൽ ജയപ്രകാശ് നാരായൺ, അശോക് മേത്താ തുടങ്ങിയവരുടെ നിർബന്ധത്തിന് വഴങ്ങി രൂപപ്പെട്ട കോൺഗ്രസ്സ് സോഷ്യലിസ്റ്റ് ഗ്രൂപ്പിന്റെ നിലവിലെ നേതാക്കളായിരുന്നു. പി. കൃഷ്ണപിള്ള, എ.കെ.ജി, ഇ. എം.എസ്, അബ്ദുൽ സാഹിബ് തുടങ്ങി ഒരു കൂട്ടം പ്രവർത്തകർ കോൺഗ്രസ്സിൽനിന്നും രാജിവച്ച് പുറമെയുണ്ടായിരുന്ന ഇടത് സഹയാത്രികരുമായി 1939 ൽ പിണറായിയിൽവച്ച് കമ്മ്യൂണിസ്റ്റ് പാർട്ടി രൂപീകരിച്ച് പ്രവർത്തിക്കുവാൻ തുടങ്ങി.

1944 ൽ കമ്മ്യൂണിസ്റ്റ് പാർട്ടി 'കൽക്കട്ടാ തീസിസ്' എന്ന പേരിൽ നിയമലംഘന പ്രസ്ഥാനം ആരംഭിച്ചതോടെ തിരുവിതാംകൂറിലും മലബാറിലും കർഷക സമരങ്ങൾ ആരംഭിച്ചു.

കൈയ്യൂരും, കരിവെള്ളൂരും, മുനയൻകുന്നും, കാവുമ്പായും, പുന്നപ്രയിലും, വയലാറിലുമൊക്കെയായിരുന്നു ഏറ്റവും ശക്തം. ഇതിൽ പുന്നപ്രയിലും വയലാറിലും വേലായുധ പണിക്കരോടും നവോത്ഥാന പ്രസ്ഥാനത്തോടും കൂറ് പുലർത്തി വന്നവരായിരുന്നു കൂടുതലും. പോലീസ് മർദ്ദനത്തിലും വെടിവയ്പ്പിലും എത്രപേർ മരിച്ചെന്ന് ഇന്നും ആർക്കും അറിയില്ല.

ഇതോടെ കേരളത്തിലെ കമ്മ്യൂണിസ്റ്റ് പാർട്ടി ഒരു അടവ് ലൈൻ സ്വീകരിച്ച് ക്ഷേത്രപ്രവേശനത്തിനും ആരാധനയ്ക്ക് ഉൾപ്പെടെ സാമൂഹിക നീതിയ്ക്കുവേണ്ടി പോരാടുന്ന നവോത്ഥാന പ്രസ്ഥാനങ്ങളുമായി കൂടുതൽ അടുത്തും അതിനുള്ളിൽ ഷെൽ ഉണ്ടാക്കിയും മറ്റുമായി ചങ്ങലയിലെ കണ്ണിയായ് പ്രവർത്തിച്ചുവന്നു. 1957 ൽ പാർട്ടി കേരളത്തിൽ അധികാരത്തിൽ വന്നതോടെ എസ്.എൻ. ഡി.പി ഉൾപ്പെടെ നവോത്ഥാന പ്രസ്ഥാനത്തിൽ പ്രവർത്തിച്ചുവന്ന പാർട്ടി മെമ്പറന്മാരെ പിൻവലിക്കുകയും ആവശ്യം വരുന്ന സന്ദർഭങ്ങളിലൊക്കെ യോജിപ്പ് പ്രകടിപ്പിക്കുകയും ചെയ്തുവന്നു.

കൊച്ചിരാജ്യത്ത് തെരഞ്ഞെടുപ്പ്

1946 ൽ കൊച്ചി രാജ്യത്ത് നടന്ന കൂട്ടുകക്ഷി തെരഞ്ഞെടുപ്പിൽ വിജയിച്ച കോൺഗ്രസ്സ് നേതാവ് പനമ്പള്ളി ഗോവിന്ദമേനോൻ പ്രധാനമന്ത്രിയായി അധികനാൾ നീണ്ടുനിന്നില്ല. 1948 ൽ വീണ്ടും നടന്ന തെരഞ്ഞെടുപ്പിൽ കോൺഗ്രസ്സിന് ഒറ്റയ്ക്ക് ഭൂരിപക്ഷം കിട്ടി. ഇക്കണ്ടവാര്യർ പ്രധാനമന്ത്രിയായി (ഇന്ത്യയിൽ പ്രായപൂർത്തി വോട്ടവകാശത്തിന്റെ അടിസ്ഥാനത്തിൽ നടന്ന ആദ്യ തെരഞ്ഞെടുപ്പ്). ഈ മന്ത്രിസഭയാണ് കൊച്ചി – തിരുവിതാംകൂറുമായി തിരുകൊച്ചി സംസ്ഥാനം രൂപീകരിക്കുവാൻ തീരുമാനിച്ചതും രാജപ്രമുഖൻ എന്ന പദവി തിരുവിതാംകൂർ മഹാരാജാവ് സ്വീകരിച്ചു.

തിരുകൊച്ചിയുടെ ആദ്യമുഖ്യമന്ത്രി റ്റി.കെ. നാരായണപിള്ള കുറച്ച് നാളുകൾക്ക് ശേഷം സി. കേശവൻ 1951 ൽ എ.ജെ. ജോൺ, 1954 ൽ കോൺഗ്രസ്സ് പി.എസ്.പി കൂട്ടുമന്ത്രിസഭ – പട്ടംതാണുപിള്ള മുഖ്യമന്ത്രി. കുറച്ചുനാൾ കഴിഞ്ഞു ആർ. ശങ്കർ മുഖ്യമന്ത്രിയായി. ഈ സഭയും വീണതോടുകൂടി പ്രസിഡന്റ് ഭരണമായി.

കേരളം രൂപംകൊള്ളുന്നു

1951 ൽ നെഹ്റു ഗവ: ഭാഷാ സംസ്ഥാനങ്ങൾക്ക് രൂപംകൊടുത്തതോടെ തിരുകൊച്ചിയും, മലബാറും, കാസർകോഡും, താലൂക്ക് ചേർന്ന് കേരള സംസ്ഥാനം 1956 നവംബർ 1 ന് തിരുവനന്തപുരം ദർബാർ ഹാളിൽ ഗവർണ്ണർ ബി. രാമകൃഷ്ണറാവു കേരള സംസ്ഥാന പ്രഖ്യാപനം നടത്തി, ആദ്യ ഗവർണ്ണറുമായി. അങ്ങനെ നൂറ്റാണ്ടുകൾ നീണ്ടുനിന്ന രാജ്യഭരണം അവസാനിച്ചു. കേരളം ജനാധിപത്യ ഭരണവ്യവസ്ഥയിലേക്ക് എത്തി.

ചാതുർവർണ്ണ്യത്തിന്റെ കരാളഹസ്തങ്ങളിൽ അമർന്നുകിടന്ന നാട്ടിൽ മനുഷ്യനും മനുഷ്യനും തമ്മിലുള്ള ഉച്ചനീചത്വം ഇല്ലായ്മ ചെയ്യുവാനും സവർണ്ണാധിപത്യത്തിന്റെ മസ്തിഷ്കം തകർക്കുവാനുമുള്ള ശ്രമമായിരുന്നു ആറാട്ടുപുഴ വേലായുധപണിക്കർ തുടങ്ങിവച്ചത്.

മാനവമോചനത്തിന്റെ വിത്തുകൾ തലമുറയ്ക്ക് വാരി വിതറിയ വേലായുധപ്പണിക്കരെ സ്മരിക്കുമ്പോൾ വയലാറിന്റെ ഈരടികൾ കടമെടുക്കാം. “സ്മരണകളിരമ്പുന്ന സിന്ദൂരമാലകൾക്ക് അർഹത

യുള്ളവനല്ലേ പണിക്കർ?" പ്രവൃത്തിയുടെ സുഗന്ധത്തിനല്ലേ പ്രശസ്തിവേണ്ടത്?

മേൽക്കൂരയ്ക്ക് ചന്തംകൂട്ടുമ്പോൾ നെടുംനൂണുകളെ മറന്നുകൂടെന്നൊരു പഴമൊഴിയുണ്ട്. കേരളചരിത്രത്തിൽ രേഖപ്പെടുത്തിയിരിക്കുന്നത് തിരുവിതാംകൂറിൽ എന്നല്ല, കേരളത്തിൽ തന്നെ ഒന്നാമത്തെ അവർണ്ണ പ്രതിഷ്ഠയാണ് 1888 ൽ അരുവിപ്പുറം പ്രതിഷ്ഠയെന്നാണ്. എന്നാൽ അതിനും 34 വർഷങ്ങൾക്ക് മുൻപ് 1854 ഏപ്രിൽ പതിനെട്ടാം തീയതിയാണ് വേലായുധപ്പണിക്കർ ആറാട്ടുപുഴ മംഗലം ക്ഷേത്രത്തിൽ ശിവപ്രതിഷ്ഠ നടത്തിയത്. തുടർന്ന് 1855 ൽ തണ്ണീർമുക്കത്തും, 1856 ൽ ഭാര്യവീട് കൂടിയായ പുതുപ്പള്ളി വാരണപ്പള്ളിയിലും ശിവപ്രതിഷ്ഠ നടത്തി.

ശ്രീനാരായണഗുരു 1888 ൽ അരുവിപ്പുറത്ത് നടത്തിയ പ്രതിഷ്ഠ നാലാമത്തേതാണ്.

വഴി നടക്കാനും മാറുമറയ്ക്കാനും ആരാധനാസ്വാതന്ത്ര്യത്തിനും വിദ്യയ്ക്കും കല അഭ്യസിക്കുവാനും അടിമയ്ക്കും അടിമപ്പണിക്കും തമ്പ്രാൻ കട്ടിൽ ഉൾപ്പെടെ അനവധി സമരങ്ങൾക്ക് നേതൃത്വം കൊടുത്തതിന്റെയും തുടക്കം ആറാട്ടുപുഴ വേലായുധപ്പണിക്കർ ആണ്. സുഗന്ധമില്ലാത്ത പുഷ്പത്തെപ്പോലെ വലിച്ചെറിയേണ്ട വ്യക്തിയാണോ അദ്ദേഹം?

ഭൂതകാലചരിത്രങ്ങളും കണ്ടുകേട്ടറിവുകളും വർത്തമാനകാല അനുഭവങ്ങളും കോർത്തിണക്കി പുതിയൊരു മാനവസംസ്കാര സർവ്വകലാശാല രൂപപ്പെടുത്തുകയായിരുന്നു വേലായുധപ്പണിക്കരുടെ ലക്ഷ്യം.

ഇന്ന് നാടിനും ജനതയ്ക്കും കൈവന്ന മാറ്റങ്ങളിൽ ആറാട്ടുപുഴ വേലായുധപ്പണിക്കർ ഉൾപ്പെടെയുള്ളവരെ, പുതുതലമുറ ചരിത്രകുതുകികളെപ്പോലെ ചികഞ്ഞെടുക്കുമെന്ന് ഞാനാശിക്കുന്നു.

വേലായുധപ്പണിക്കരുടെ ജ്വലിക്കുന്ന ഓർമ്മകൾക്ക് മുമ്പിൽ ശിരസ്സ് നമിക്കാം.

പണിക്കരുടെ കാലഘട്ടത്തിലെ ഈഴവ സ്ത്രീകൾ

പണിക്കർ സ്ഥാപിച്ച കേരളത്തിലെ ആദ്യ ശിവക്ഷേത്രം

പണിക്കരുടെ തറവാട്

കടപ്പാട്

* പ്രാചീന ഇന്ത്യാചരിത്രം
* അകനാറു പുറനാറ്
* കുട്ടികളുടെ കേരള ചരിത്രം
* അറയ്ക്കൽ മാന്വൽ
* മാനുഷപഞ്ചകം
* നാടാർ സർവ്വീസ് സ്മരണിക
* വേലായുധപണിക്കരുടെ പാദമുദ്രകൾ
* ചിലപ്പതികാരം